சந்தோஷ் ஏச்சிக்கானம்

பிறப்பு: 1971இல் கேரளாவிலுள்ள காசர்கோடு மாவட்டத்தில். மலையாளம் பட்டதாரி.

பத்திரிகையாளராக ஊடகத்துறையிலும் பிறகு ஆசிரியராகவும் பணியாற்றினார்.

இது வரை 85க்கும் மேல் சிறுகதைகள் எழுதியுள்ளார். 10 சிறுகதைத் தொகுப்புகள், 3 கட்டுரைத் தொகுப்புகள், 10 திரைக்கதைகள் வெளியிட்டுள்ளார்.

சிறுகதைக்கு கேரள சாகித்ய அகாதெமி விருது, டில்லி கதா விருது, பஷீர் விருது, அபுதாபி சக்தி விருது எனப் பல விருதுகள் பெற்றுள்ளார்.

மனைவி கல்லூரி ஆசிரியை. ஒரு மகன். தற்போது கேரளாவில் திருச்சூரில் வசிக்கிறார்.

தொடர்புக்கு: 94476 18133

மின்னஞ்சல்: santhoshaechikkaanam@gmail.com

டாக்டர் டி. எம். ரகுராம்
மொழிபெயர்ப்பாளர்

பிறப்பு: 1954இல் கேரளாவிலுள்ள தலைச்சேரியில். படித்ததும் வளர்ந்ததும் சென்னையில். புதுவை ஜிப்மரில் MBBS, வேலூர் CMC-யில் M.D.

தற்போது மனநல மருத்துவப் பேராசிரியராக கேரளாவில் உள்ள ஒரு தனியார் மருத்துவக் கல்லூரியில் பணி புரிகிறார்.

ஆங்கிலம், மலையாளம், தமிழ் என மும்மொழியிலும் எழுதி மொழிபெயர்ப்பும் செய்கிறார்.

6 ஆங்கிலக் கவிதைத் தொகுப்புகள், 1 ஆங்கில கட்டுரைத் தொகுப்பு. தமிழில் 4 மொழிபெயர்ப்பு நூல்கள், மலையாளத்தில் 5 மொழிபெயர்ப்பு நூல்களும் 1 பாலியல் விஞ்ஞான நூலும் வெளியிட்டுள்ளார்.

2008இல் 'நல்லி திசை எட்டும்' மொழியாக்க விருது.

2016இல் கேரளத்திலிருந்து 2 மொழியாக்க விருதுகள்.

இவர் புல்லாங்குழல் கலைஞரும் ஓவியரும் கூட.

மனைவி நவநீதம் எழுத்தாளர், ஓவியர். 2 மகள்கள் 1 மகன். கேரளாவில் மஞ்சேரியில் வசிக்கிறார்.

தொடர்புக்கு: 9567794034

பிரியாணி

மலையாளச் சிறுகதைகள்

சந்தோஷ் ஏச்சிக்கானம்

தமிழில்:

டாக்டர் டி.எம்.ரகுராம்

எதிர் வெளியீடு

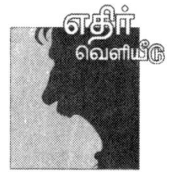

பிரியாணி
மலையாளச் சிறுகதைகள்
சந்தோஷ் ஏச்சிக்கானம்
தமிழில்: டாக்டர் டி.எம்.ரகுராம்

முதல் பதிப்பு: ஜூலை 2024

எதிர் வெளியீடு,
96, நியூ ஸ்கீம் ரோடு, பொள்ளாச்சி – 642 002
தொலைபேசி: 04259 – 226012, 99425 11302

விலை: ரூ. 250

piriyaaNi
Malayala Sirukathaikal
Santhosh Aechikkaanam
Translated by Dr. T.M. Raghuram

Copyright © Santhosh Aechikkaanam
First Edition: July 2024

Published by
Ethir Veliyeedu, 96, New Scheme Road, Pollachi – 2
Email: ethirveliyedu@gmail.com
www.ethirveliyeedu.com

ISBN: 978-81-19576-71-5
Cover Design: Santhosh Narayanan
Printed at Jothy Enterprises, Chennai.

All rights reserved. No part of this book may be reprinted or reproduced or utilised in any form or by any electronic, mechanical or other means, now known or hereafter invented, including Photocopying and recording, or in any information storage or retrieval system, without permission in writing from the Publisher.

நன்றி

உயிர் எழுத்து
திசை எட்டும்
மணல் வீடு
தமிழ்ப் பல்லவி

ஆகிய இதழ்களின் ஆசிரியர்களுக்கு இக்கதைகளில் பலவற்றையும் பல தருணங்களில் நன்முறையில் வெளியிட்டதற்காக.

மொழிபெயர்ப்பாளரின் முன்னுரை	09
கொமாலா	11
UVWXYZ (யரலவழள)	30
பேபீஸ் ப்ரெத்	43
பிரியாணி	55
சாலைகளில் கடைப்பிடிக்க வேண்டிய விதிகள்	68
ஒரு புகார் எழுத்தாளனின் மன உளைச்சல்கள்	85
கிழி	95
பாக்கு பொறுக்குபவர்கள்	102
ஒரு ரயில் பயணத்தில்	112
சுவாசம்	123
சமபந்தி	139

மொழிபெயர்ப்பாளரின் முன்னுரை

சந்தோஷ் ஏச்சிக்கானத்தின் 'கொமாலா' சிறுகதை 'மாத்ருபூமி' வார இதழில் 2009இல் வெளிவந்தபோது மலையாள இலக்கிய உலகில் பெரும் தாக்கத்தை ஏற்படுத்தியது. இதோ ஒரு வித்தியாசமான கதாசிரியர் அவதரித்துள்ளார் என்ற உணர்வுதான் அன்று எனக்குள் எழுந்தது. மனிதநேயமும் வாழ்க்கையின் தருணங்களைத் துல்லியமாகப் படம் பிடித்துக் காட்டும் திறனும், சமூக வாழ்வின் விமரிசனமும் சிறந்த பாத்திரப் படைப்பும் எல்லாம் ஒருங்கிணைந்த கதைகளாக இவர் எழுதுகிறார் என்று இலக்கிய ஆர்வலர்கள் புரிந்துகொண்டனர்.

இதற்குப் பிறகு அவரின் ஒவ்வொரு கதையும் முக்கியமான சஞ்சிகைகளில் வெளிவந்த போது பெரும் எதிர்பார்ப்பை ஏற்படுத்தியது. கூடவே சர்ச்சைகளும் விமரிசனங்களும் எழுந்தன.

இவரைத் தமிழ் வாசகர்களுக்கு அறிமுகம் செய்ய வேண்டுமென்ற ஆர்வத்தினால் அவரின் 'கொமாலா'வைத் தமிழாக்கம் செய்து 'உயிர் எழுத்து' இதழில் வெளியாகியது. பிறகு வம்சி புக்ஸ் தொகுத்த 'தென்னிந்தியச் சிறுகதைகள்' புத்தகத்திலும் இக்கதை இடம் பெற்றது. தொடர்ந்து நான் மொழியாக்கம் செய்த 'பலவிதமான வீடுகள்' தொகுப்பிலும் (வம்சி புக்ஸ்) இக்கதையைச் சேர்த்துக்கொண்டேன்.

சந்தோஷின் பல தொகுப்புகளை வாங்கி வரவழைத்து வாசிக்க ஆரம்பித்தேன். சில கதைகள் 'மாத்ருபூமி' போன்ற முன்னிலை இதழ்களில் வெளிவந்தபோது ரசித்தேன். சிறுகதை வகைமையில் கேரள சாகித்ய அகாதெமியின் விருது பெற்ற இவரின் தேர்ந்தெடுத்த

பதினோரு கதைகள் இத்தொகுப்பில் உள்ளன. சந்தோஷின் கதைகள் தமிழில் மொழிபெயர்த்து வெளிவந்தபோது பல வாசகர்களும் எழுத்தாளர்களும் என்னைத் தொலைபேசியில் அழைத்துத் தங்கள் பாராட்டைத் தெரிவித்தார்கள். தமிழில் இதற்கு முன் இவரது கதைகள் 'ஒற்றைக் கதவு' என்ற தொகுப்பில் (வம்சி புக்ஸ்) K.V.ஜெயஸ்ரீயின் மொழிபெயர்ப்பில் வெளிவந்தது.

இவரின் பெரும்பாலான கதைகள் முற்றிலும் கேரள கலாச்சாரத்தில் மட்டும் ஊன்றாமல் எந்த இந்தியக் கலாச்சாரத்துக்கும் பொருத்தமாக இருப்பதைக் காணலாம். ஏனெனில் இவை மனித வாழ்வின் பல பொதுவான அம்சங்களையும் மனித மனத்தை ஆட்டிப்படைக்கும் பல முரண்பாடுகளையும் இடுக்கண்களையும் கருவாகக் கொண்டிருக்கின்றன என்பதே காரணம். பல கதைகள் வாழ்வுக்கும் சாவுக்கும் உறவுகளுக்கும் துயரங்களுக்கும் இடையில் அல்லாடும் சராசரி மனிதனின் வாழ்க்கையைப் படம் பிடித்துக் காட்டுகின்றன. இதுவே என்னை இக்கதைகளின் பால் ஈர்க்கும் அம்சமாக இருந்தது.

இந்தக் கதைகளை மொழிபெயர்க்க எனக்குப் பெரும் உறுதுணையாக இருந்தது என் மனைவி நவநீதம்தான். ஒவ்வொரு கதையையும் ஆழ்ந்து வாசித்து உரிய மாற்றங்களையும் திருத்தங்களையும் செய்து மெருகுபடுத்திய அவருக்கு என் உளமார்ந்த நன்றி உரித்தாக.

அது போலவே இதில் இடம் பெற்றுள்ள பல கதைகளையும் முக்கியமான தமிழ் இலக்கிய இதழ்களில் வெளியிட மூத்த எழுத்தாளர் குறிஞ்சிவேலன் உள்ளிட்ட அவற்றின் ஆசிரியர்களுக்கும் என் நன்றியைத் தெரிவித்துக்கொள்கிறேன்.

சந்தோஷ் ஏச்சிக்கானத்தின் கதைகளிலிருந்து தேர்ந்தெடுத்த இந்தப் பதினோரு கதைகளையும் தமிழ் வாசகர்கள் இருகை நீட்டி ஏற்றுக் கொள்வார்களென்று நம்புகிறேன்.

இந்தச் சிறுகதைத் தொகுப்பினை அழகாக வடிவமைத்து அச்சிட்ட எதிர் வெளியீடு அனுஷ் அவர்களுக்கு எனது மனமார்ந்த நன்றியைத் தெரிவித்துக் கொள்கிறேன்.

மஞ்சேரி, கேரளா
ஜூன், 2024

- டாக்டர் டி.எம்.ரகுராம்

கொமாலா

"கடன் தொல்லை தாள முடியாததால் வரும் ஆகஸ்டு மாதம் 15ஆம் தேதி நள்ளிரவு பன்னிரண்டு மணிக்குக் குடும்ப சகிதம் தற்கொலை செய்துகொள்ளப் போகிறேன்" என்ற அறிவிப்புப் பலகையைத் தன் வீட்டிற்கு முன்னால் தொங்க விட்டு அதன் விளைவாக ஊடகங்களின் கவனத்தை ஈர்த்தவர், நாற்பத்தைந்து வயதான திரு. குண்டூர் விசுவன். இந்த அப்பட்டமான தற்கொலை அறிவிப்புதான் தற்போது கேரளம் எதிர்கொண்டிருக்கும் வர்த்தக, சமூக, உளவியல் ரீதியிலான பாகுபாடுகளைச் சுட்டிக்காட்டும் அறிவிப்புப் பலகையும் கூட. விசுவன் குடும்பத்துடன் தற்கொலை செய்து கொள்வாரா... இல்லையா...

நம் தூக்கத்தைக் கெடுக்கும் இந்தக் கேள்விக்குப் பதில் சொல்ல விசுவன் நம்முடன் தொலைபேசி இணைப்பில் உள்ளார்.

"இந்தியாவின் 59ஆவது சுதந்திர தினத்தில் இப்படிப்பட்ட விசித்திரமான மிரட்டல் உண்மையாகிவிட்டால் அதன் விளைவுகள் என்னவாக இருக்கும்? இதில் குற்றவாளிகள் யார் யார்? வெள்ளூர் கூட்டுறவு வங்கியா அல்லது 50,000 ரூபாய் கடன் வாங்க விசுவனைப் பிணையாளராக ஆக்கிய பின் தலைமறைவாகிப்

போன அவரது உற்ற நண்பர் 1256/83-இல் வசிக்கும் குஞ்சாமன் மகன் சுதாகரனா? கேரளம் ஒட்டுமொத்தமாக உன்னிப்பாய்க் கவனிக்கும் இந்தப் பிரச்சினையின் பல்வேறு முகங்களைப் பற்றிப் பேசுவதற்காகப் பிரபல உளவியல் நிபுணரும், சமூகத்தொண்டரும், எழுத்தாளருமான டாக்டர் சி. நந்தகுமார், வெள்ளூர் கூட்டுறவு வங்கியின் செயலாளர் திரு. மாதவன் நாயர், நேஷனல் க்ரைம் ரெக்கார்டு ஆய்வு நிறுவனத்தின் அலுவலர் திரு. அலெக்ஸ் புன்னூஸ் ஆகியவர்கள் நம்முடன் ஸ்டுடியோவிலும் குண்டூர் விசுவன், வக்கீல் பாத்திமா பேகம் ஆகியோர் தொலைபேசி இணைப்பிலும் உள்ளனர். 'நியூஸ் டைம்' தொடர்கிறது. அதற்கு முன் ஒரு சிறு இடைவேளை."

உங்கள் கனவு இல்லம் நனவாக்க இதோ உங்களுடன் நாங்களும் உள்ளோம்.

மூளூர் டவர்ஸ் - ரெசிடென்ஸி... பெட்டர் லொகேஷன், பெட்டர் லைஃப் ஸ்டைல் கிரியேஷன்ஸ் ஃபார் ஜெனரேஷன்ஸ்.

"நியூஸ் டைம் தொடர்கிறது... திரு.விசுவன் குண்டூர்... சரியா கேட்குதா... உண்மையில் என்ன நடந்தது, சொல்லுங்க...? உங்கள் குடும்பச் சூழலைப் பற்றிக் கொஞ்சம் சுருக்கமாகச் சொல்லுங்களேன்..."

"நான்தான் விசுவன்... குண்டூரிலிருந்து பேசறேன்."

"ஆமா... கேட்குது... சொல்லுங்க விசுவன்..."

"எனக்குப் பொண்டாட்டியும் ரெண்டு பெண் பிள்ளைகளும் இருக்காங்க... சாப்பிடாம கொள்ளாம கஷ்டப்பட்டு சேர்த்து வெச்சுதான் இந்த ஏழரை சென்ட் நிலமும் வீடும் வாங்கினேன். இன்னும் சிமெண்ட் பூசலை. கான்கிரீட் வேலை எப்படியோ ஒப்பேத்தி, போன கார்த்திகை மாசத்திலே குடிபுகுந்தோம். இதை, பேங்க்காரங்க கொண்டு போய்ட்டாங்கன்னா தற்கொலையைத் தவிர வேற வழி தெரியல."

"விசுவன் எப்படி நீங்க இந்த மாதிரி கடன் சிக்கல்ல மாட்டினிங்க?"

"மாட்டல... மாட்ட வெச்சான்... என் நண்பன் சுதாகரன். ரெண்டு வருஷத்துக்கு முன்னாலதான் குடும்ப சகிதம் குண்டூருக்கு மாற்றலாகி வந்தேன். எட்டாங்கிளாஸ்

வரைக்கும் வெள்ளூர் கவர்மெண்ட் ஸ்கூல்ல ஒரே பெஞ்சுல உட்கார்ந்து படிச்சவங்க நாங்க. அந்நியனுக்கு உதவி செய்யறது புண்ணியம்னு எங்க வாத்தியார் சொல்லிக் கொடுத்ததை நான் இன்னமும் மறக்கலை. ஒருநாள் காலையில் அவன் என் வீட்டுக்கு வந்து அழுது புலம்ப அந்தக் கடன் பத்திரத்துல முதலாவது பிணையாள் பெயருக்கு நேரா என் கையெழுத்தை வாங்கிட்டுப் போகும்போது என் உள்ளங்கையைப் பார்த்து அவன் சொன்னதும் இதே வசனம்தான். "அந்நியனுக்கு உதவுவது புண்ணியம், அந்நியனைக் கொடுமைப்படுத்துவது பாவம். இந்த உதவியை நான் மறக்க மாட்டேண்டா விசுவன்..." சுதாகரன் தன் கண்ணைக் கசக்கினான். பிறகு உனக்கு என்ன தேவை இருந்தாலும் மறக்காம என்னைக் கேளு என்றான். மூணு வருஷங்கழிச்சு வட்டியும் அசலுமா 50000 ரூபாய் கட்டச்சொல்லி ஒரு வங்கி நோட்டீஸ் வீடு தேடி வந்தப்போ நான் கேட்டேன், "சுதாகரா, எனக்கு ரெண்டு பெண் குழந்தைகள். நீ எங்கள தெருவுக்குத் தள்ளி விட்டுடாதே..."

"சரி மிஸ்டர். விசுவன் நாம் மீண்டும் தொடர்புகொள்வோம். இந்த விஷயத்தைப் பற்றிப் பேச வெள்ளூர் கூட்டுறவு வங்கிச் செயலாளர் மாதவன் நாயர் நம்முடன் இருக்கிறார். மிஸ்டர். நாயர், நீங்கள் செயலாளர் பதவியேற்ற வங்கியின் காரணமாக நிரபராதியான ஒரு மனிதன் தற்கொலை செய்யப்போகிறான். இதைப் பற்றி உங்கள் கருத்து என்ன?"

"எங்களுக்குக் கூட்டுறவு வங்கிச்சட்டத்தின் முறைப்படிதான் செயல்பட முடியும். கடன் வாங்கினவர் சுதாகரன். அவர் கடனை அடைக்காத சூழ்நிலையில் அசலும் வட்டியுமாகத் தொண்ணூறாயித்து முன்னூற்று நாற்பத்தைந்து ரூபாய் முதல் பிணையாளர் திரும்பிச் செலுத்தியே ஆக வேண்டும். இல்லாவிட்டால் விசுவனின் வீட்டையும் தோட்டத்தையும் ஜப்தி செய்வதன்றி வங்கிக்கு வேறு வழியில்லை."

"இது இவ்வளவு சீரியசான விஷயமென்று விசுவனுக்குத் தெரியப்படுத்தி இருந்தீர்களா?"

"கண்டிப்பா, ரெஜிஸ்டர் நோட்டீஸ் உட்பட வங்கியின் எல்லாவிதமான விதிமுறைகளையும் கடைப்பிடித்திருக்கிறோம். ஜப்தியை ஒத்தி வைக்க எங்களால் முடிந்த வரை முயற்சி செய்தோம். பணம் திரட்ட விசுவனுக்கு வேண்டுமளவு

அவகாசமும் கொடுத்தோம். ஆனால், அவர் திருப்பிக்கொடுத்தது வெறும் ஏழாயிரம் ரூபாய்தான். கடன் இப்போது முதலும் வட்டியுமாகத் தொண்ணூறாயிரம் ஆகிவிட்டது."

"நமக்கு விசுவனிடம் திரும்பச் செல்லலாம். ஹலோ விசுவன்... வங்கிச்செயலாளர் சொன்னதை நீங்க கவனிச்சிங்களா?"

"ஆமாங்க, அவர் சொன்னது உண்மைதான். வெறும் ஏழாயிரம்னு அவர் வேணும்னா இளக்காரமா சொல்லலாம். ஆனா, மூணு நாலு வருஷம் மெசின்ல மிதிச்சு தைச்சு இத்தனை பணம் சேர்த்து வைக்க என் ராதா எவ்வளவு கஷ்டப்பட்டிருக்கா தெரியுமா? கடைசீல கால்முட்டி வீங்கி நடக்க முடியாம ஒரு வாரம் வைத்தியரோட மருந்தைச் சாப்பிட வேண்டியதாயிடுச்சி. எனக்குள்ளே பச்சையான ஒரு மனுசன் இருக்கான், சார். அதனாலதான், ஏழாயிரம்னா ஏழாயிரமாவது கொண்டுபோயி செயலாளர்கிட்ட கொடுத்து கைகட்டி நின்னேன். ஒரு மனுசன் இன்னொரு மனுசனுக்கு முன்னால கூப்பின கையோட நிக்கறத விட பெரிய அவமானம் இந்த உலகத்துல வேற உண்டா? சுதாகரனுக்காக நான் அதையும் பொறுத்துக்கிட்டேன். இனி என் கையில இந்த வீடும் தோட்டமும் தவிர வேறெதுவும் இல்லை."

"திரு. மாதவன் நாயர், இத்தனை கண்ணியமானவரும் ஏமாற்றப்பட்டவருமான இந்த பிணையாளரின் விஷயத்தில் விவசாயக் கடன்களைத் தள்ளுபடி செய்வது போன்ற கருணையை உங்கள் வங்கியின் சார்பிலிருந்து எதிர்பார்க்கலாமா?"

"கண்ணீரின் அளவை வைத்துக் கடன்களை முழுத்தள்ளுபடி செய்ய ஆரம்பித்தால் பிறகு வங்கியைப் பூட்டிவிட்டு வீட்டில் சும்மா உட்கார வேண்டியதுதான். மனுஷனின் உயிரைக் காப்பாற்றும் பொறுப்பு வங்கிகளுக்கு இல்லை. பணம் கொடுக்கல் வாங்கல்தான் வங்கியின் வேலை. கொடுத்த கடன் திரும்ப வரவில்லையென்றால் விசுவனின் சொத்தை நாங்கள் ஜப்தி பண்ணுவோம்."

"இந்தப் பிரச்சினையில் வங்கியின் தரப்பு வாதத்தை விளக்கியுள்ளார் திரு. மாதவன் நாயர். ஆனால், குண்டூர் விசுவனின் வாழ்க்கையோ ஒரு தராசில் ஊசலாடுகிறது. திரு. நந்தகுமார், பிரபல உளவியல் நிபுணரும் சமூகத்

தொண்டருமான நீங்கள் என்ன சொல்கிறீர்கள்? விசுவன் தற்கொலை செய்துகொள்வாரா?"

"செய்யலாம், செய்யாமல் இருக்கவும் கூடும். எப்படியானாலும் தற்கொலைக்கான திட்டவட்டமான ஏற்பாடுகள் விசுவனின் மனதில் உருவாகி இருக்குமென்றுதான் புரிந்துகொள்ள வேண்டும். ஆனால், மரணத்தைப் பற்றி யோசிக்கும் ஒருவனை வாழ்க்கை திரும்ப இழுத்துவிட்டுத் தீவிரமாக ஆசைகாட்டி விடும். அது அவனுக்குக் கூடுதலான பயத்தையும் உண்டாக்கும். உதாரணமா, தூக்கிலேற்றப்போகும் குற்றவாளியிடம் கடைசி ஆசையை நாம் கேட்பதில்லையா...?"

"ஆமா, டாக்டர் சொல்லுங்க..."

"கயிற்றைச்சுருக்கி உறுதிப்படுத்திய மரணத்தின் முன்னாலும் அவர்கள் செயலற்று விடுவதில்லை. நல்ல உணவு... உடை... தொலைபேசியில் ஒரு வார்த்தை... இறந்தாலும் மனிதனின் ஆசைகள் ஓய்வதில்லை. விசுவனின் விஷயத்திலும் அது தான் நடந்திருக்கிறது. அவனுக்குத் தற்கொலை செய்தே ஆக வேண்டும். ஆனால், மரணத்தை விடப் பெரிய பயம் ஒன்று அவன் மனசுக்குள் கிடந்து உறுமவும் பிராண்டவும் செய்கிறது. வாழ்க்கையின் வசீகரங்கள் பயங்கரமானவை. மோகங்களின் ஆழ்மட்டத்துக்கு அது நம்மைக் கட்டிப்போட்டு இறக்கிவிடும். ஒரு மண்குடத்தைப் போல நாம் அதன் இதமான சுகத்துக்குள் இறங்கிச் சென்று நீர்த்தாவரங்களுக்கு இடையில் அவற்றின் வருடலை அனுபவித்துக்கொண்டு நம்மையறியாது உறங்கி ஒரு கனவாக மாறிவிடுவோம். சிலசமயம் ஒரு உயிர் நண்பனின் உரிமையோடு அது நம்மைத் தோளில் ஏற்றி ஒரு பாதையில் அழைத்துச் செல்லும். பிறகு ஏதோவொரு கொடிய காட்டில் அது நம்மைக் கைவிட்டுவிடும். யாருமே இதுவரை தொடாத செடிகளின், மண்ணின் கடுமையான வாசனை நம்மை ஒரு பட்டாம்பூச்சியாக ஆக்கும். வயதான மரங்களின் மவுனத்திற்கும் மீதாக அவற்றின் தியானத்தை மொழிப்பெயர்த்துக்கொண்டு ஒரு படகினைப்போல நாம் பயணிப்போம். இதையெல்லாம், மீறி வெள்ளூர் வங்கியின் கடன்காரனாகவோ, ராதா என்ற தையல்காரியின் கணவனாகவோ விசுவனால் தொடர்ந்து இருக்க முடிந்தால் அவன் தற்கொலை செய்து கொள்ளக்கூடும். இது நிச்சயம்..."

“டாக்டர் நந்தகுமார்... நாம் பிரச்சினைக்கு வருவோம்.”

“எஸ்...எஸ்... ஐ ஆம் கம்மிங் டு தட் அஸ்பெக்ட் சாகவேண்டும் என்று முடிவெடுத்த மனிதன் அதை அப்படியே செய்துவிட வேண்டியதுதானே? ஆனால், விசுவனின் விஷயத்தில் நடந்தது என்ன? இறப்பதற்காக அவன் சுதந்திர தினத்தைத் தேர்ந்தெடுத்தான். வீட்டுக்கு முன்னால் கொட்டை எழுத்தில் மிரட்டல் அறிவிப்பை எழுதி வைத்தான். சாவதற்காக அல்ல. சாகாமல் இருப்பதற்காகத்தான் இப்படிச் செய்தான். நான் ஏற்கெனவே சுட்டிக்காட்டியது போல அவன் மரணத்தைப் போல வாழ்வையும் நேசிக்கிறான். வாட் எவர் இட் ஈஸ், தி ப்ராப்ளம் ஈஸ் வெரி சீரியஸ், ரைட் டு லிவ் வித் பெர்சனல் லிபர்டி ஈஸ் ஃபண்டமெண்டல். அதுகூட நிராகரிக்கப்படுகிறது என்றால் என்னதான் செய்ய... இங்கு நிலவும் சோஷியல் செட்டப்பின் வக்கிரத் தன்மையைத்தான் விசுவன் நம் முன்னால் எழுதி வைக்கிறான். வெறும் வெள்ளூர் கூட்டுறவு வங்கியோடு ஒதுக்கி வைக்க வேண்டிய விஷயமல்ல இது...”

“டாக்டர், விசுவனின் விஷயத்தில் உங்கள் அபிப்ராயம் என்ன? அவர் இருக்கணுமா கூடாதா?”

“இதற்குப் பதில் தேட வேண்டியது நானல்ல. அப்புறம்... இன்னொரு உண்மை இருப்பதையும் நாம் மறந்துவிடக் கூடாது. சமுதாயத்தின் முன்பாக ஒரு விஷயம் அலசப்பட வேண்டுமெனில் அதற்காக ஒரு தியாகி கண்டிப்பாக இருந்தாக வேண்டும்.”

“ஓகே சார். சர்ச்சையைத் தொடர்வோம்... அதற்கு முன்... இன்றைய முக்கியச் செய்திகள்...”

அணுசக்தி ஆய்வுக் கூட்டுறவைப் பலப்படுத்த இந்திய-அமெரிக்க உடன்பாடு.

அம்யூஸ்மென்ட் பார்க்குகளுக்கு வரிவசூல் செய்ய என்டர்டெயின்மெண்ட் டேக்ஸ் மசோதாவைச் சட்டசபை அங்கீகரித்தது.

சபரிமலைக் கோவில் நடை நாளை அடைக்கப்படும்.

ஆஷஸ் கிரிக்கெட் தொடரில் ஆஸ்திரேலியா முதல் இன்னிங்ஸில் 190 ரன்களுக்கு ஆல் அவுட் ஆனது.

"குண்டூர் விசுவனின் பிரச்சினையை மனோதத்துவ முறையில் பரிசீலனை செய்த டாக்டர். நந்தகுமார் இந்த சர்ச்சையில் புதிய திருப்பங்களை உண்டாக்கி இருக்கிறார். தற்கொலை சம்பந்தப்பட்ட சட்டங்களைப் பற்றிப் பேச உயர்நீதிமன்ற வக்கீல் திருமதி. பாத்திமா பேகம் தற்போது இணைப்பில் உள்ளார். ஹலோ... அட்வகேட் பாத்திமா பேகம்..."

"எஸ்..."

"நியூஸ் டைமுக்கு உங்களை வரவேற்கிறோம், வணக்கம். இங்கே இதுவரை விவாதிக்கப்பட்ட விஷயங்களை நீங்கள் கவனித்திருப்பீர்கள் என்று நம்புகிறோம், மேடம்."

"கண்டிப்பாக."

"விசுவன் தற்கொலை செய்வாரா இல்லையா என்ற விஷயம் அப்படியே இருக்கட்டும். மேடம், உங்களிடம் நாங்கள் கேட்க விரும்புவது தற்கொலையின் சட்டப்பூர்வமான விஷயங்களைப் பற்றித்தான். தன்னை மாய்த்துக்கொள்ளத் தயாராக இருக்கும் ஒருவன் சட்டப்பூர்வமாக எதிர்கொள்ள வேண்டிய பிரச்சினைகள் எப்படிப்பட்டவை?"

"...."

"ஹலோ... ஹலோ... ஹலோ... மன்னிக்கணும். தொழில்நுட்பக் கோளாறு மூலம் இணைப்பு சரிவர கிடைக்கவில்லை. மீண்டும் முயற்சி செய்வோம். அதற்கு முன், கேரளத்தில் வருடந்தோறும் பெருகி வரும் தற்கொலை பற்றிப் பேச அகில இந்திய க்ரைம் ரெக்கார்ட்ஸ் ரிசர்ச் பீரோ (AICRB) வின் மூத்த அதிகாரி திரு. அலெக்ஸ் புன்னூஸ் நம்முடன் இருக்கிறார், சார். இப்போது நாங்கள் கூறிய விஷயம் சரிதானா?"

"ரொம்ப ரொம்ப சரி. கேரளா ஹாஸ் தி ஹையஸ்ட் ரேட் ஆப் சூசைட் இன் த கண்ட்ரி. தேசிய சராசரியைப் பார்க்கையில் கேரளம் மிக ஆபத்தான நிலைமையை நோக்கிச் சென்று கொண்டிருக்கிறது என்றே சொல்லலாம். மதுபானம், குற்றச்செயல்கள் போன்ற விஷயங்களிலும் இதே நிலைதான். 2004-இன் கணக்குப்படி 11,300 பேர் கேரளாவில் தற்கொலை செய்துள்ளனர். ஒவ்வொரு வருஷமும் தற்கொலைகள் அதிகரித்து வருகின்றன. இன்னொரு விஷயம் கேட்கணுமா... உங்களுக்கு அதிர்ச்சியாக இருக்கும். சமீபத்தில் நடத்திய ஒரு

கணக்கெடுப்பில் 11,000 பள்ளி மாணவர்களில், எத்தனை? லெவன் தவுசண்ட்! அதில் 27 சதவீதம் பேர் எந்நேரமும் தற்கொலையைப் பற்றியே சிந்தித்துக் கொண்டிருக்கிறார்களாம்.

16 சதவீத மாணவர்கள் தாங்கள் எப்படிச் சாக வேண்டும் என்பதையும் ஏறக்குறைய முடிவு செய்துவிட்டனர். 8 சதவீத மாணவர்கள் தற்கொலைக்கான முதல் முயற்சியைச் செய்து பார்த்துவிட்டார்களாம். இப்படியே போனால் இன்னும் பத்தோ அல்லது இருபதோ வருடங்களுக்குள் கேரளம் இறந்துவிட்டவர்களின் மாநிலமாக மாறிவிடக்கூடும். உலகப்புகழ்பெற்ற எழுத்தாளர் ஹுவான் ரூல்ஃபோவின் "பெட்ரோ பராமோ" என்ற நாவலில் வரும் "கொமாலா" என்ற நகரத்தைப் போல நம் கேரளம் மாறிவிடும். நானும் நீங்களும் எல்லோரும் இறந்து போனவர்கள்... ஹா... ஹா... ஹா... கேரளம்-கொ மாலா, கொமாலா - கேரளம் ஹா... ஹா.... ஹா..."

"மனிதன் ஏன் சார் தற்கொலை செய்துகொள்கிறான்?"

"இந்தக் கேள்வியை நீங்கள் டாக்டர் நந்தகுமாரிடம் கேட்க வேண்டும். எங்களிடம் நிறைய 'டேட்டா' மட்டுமே உள்ளன. இருந்தாலும் சொல்கிறேன் நோய், கடன் தொல்லை, காதல் தோல்வி, மனச்சோர்வு, போன்ற பலவிதமான காரணங்கள் இதன் பின்னால் இயங்குகின்றன. விசுவனின் விஷயத்தில் கடன் தொல்லை என்று சொல்லலாம். ஆனால் கடன் பிரச்சினை மட்டும்தான் என்று உறுதியாகக் கூறவும் முடியாது. அதற்கு முன் விசுவனைக் கடனாளியாக்கிய சமுதாய அமைப்பையும் ஆராய வேண்டும். அப்படிப் பார்க்கையில் கடன் ஒன்றுதான் உண்மையான காரணம் என்று தெளிவாகிறது. ஒரு தனி மனிதனைக் கடனாளியாக்குவது இந்த நாட்டின் அரசியலமைப்பே உதாரணமாக..."

"சார், நாம் பிற்பாடு திரும்பி வருவோம். இப்போது வக்கீல். பாத்திமா பேகம் லைனில் வருகிறார். ஹலோ மேடம், சற்று முன்னர் தற்கொலையின் சட்டரீதியிலான விஷயங்களைப் பற்றி நான் கேட்டிருந்தேன். சற்று விரிவாகச் சொல்கிறீர்களா?"

"இ.பி.கோ 307 பிரிவின்படி தற்கொலை முயற்சியே குற்றம் தான். பத்தாண்டுகள் வரை சிறைத்தண்டனையும் அளித்து அபராதமும் விதிக்க நீதிமன்றத்திற்கு உரிமை இருக்கிறது.

தற்கொலை முயற்சி மட்டுமல்ல, தற்கொலைக்குத் தூண்டுவதும் பெரும் குற்றம்தான். ஆகஸ்டு 15-ஆம் தேதி குடும்பத்தோடு தற்கொலை செய்வான் என்று போர்டு எழுதி வைத்த விசுவன் இந்த முயற்சியில் தோல்வியடைந்தால் மேற்படி குற்றங்கள் இரண்டும் அவர்மீது சுமத்தப்படும் என்பதில் சந்தேகமில்லை. மனைவியையும் குழந்தைகளையும் கொலை செய்கிறான் என்று கூடச் சொல்லலாம்."

"தற்கொலை குற்றமல்ல என்று முன்னொரு முறை நீதிமன்றம் தீர்ப்பளித்ததே?"

"அது மஹாராஷ்ட்ரா நீதிமன்றத்தின் தீர்ப்பு. அந்தத் தீர்ப்பை பிறகு உச்சநீதிமன்றம் தள்ளுபடி செய்துவிட்டது."

"அப்போ உங்க வாதத்தின்படி விசுவன் என்பவர் குடும்பத்துடன் இறந்தே ஆக வேண்டும் என்கிறீர்களா?"

"அப்படிச் சொல்லமாட்டேன். ஆனால் இந்த முயற்சியில் அவர் தோல்வியடைந்தால் நூற்றுக்கு நூறு சதவீதம் தண்டனைக்குள்ளாவார்."

"சரிங்க மேடம். மீண்டும் குண்டூர் விசுவனிடம் திரும்ப வருவோம்... ஹலோ விசுவன்..."

"ஆமா, நாந்தான்... விசுவன்..."

"உங்க பிரச்சினையைப் பற்றி விரிவா ஒரு சர்ச்சையே இங்கே நடந்து விட்டது விசுவன், இந்தப் பிரச்சினையில் உங்களுக்கு ஏதாவது முக்கியமா சொல்ல இருக்கிறதா? மிகக் குறைந்த வார்த்தைகளிலே சொல்லனும். நியூஸ் டைம் நேரம் முடியப்போகுது, குறைந்த வார்த்தைகளிலே... ஓகே... சொல்லுங்க, விசுவன்..."

"எனக்குப் பெரிய படிப்போ அறிவோ, மனசுல இருக்கறதை அப்படியே சொல்லிப் புரிய வைக்கிற தெறமையோ இல்லிங்க. ஜப்திக்கும் மரணத்துக்கும் இடையில நானும் என் குடும்பவும் ஒரு நூலின்மேல் நடக்கிறோம். இந்தப் பதினைந்து வருஷத்துக்குள்ளே எவ்வளவோ துன்பப்பட்டவன் நான். சொந்த அனுபவத்துல இருந்துதானே ஒருத்தன் எல்லாப் பாடமும் கத்துக்கறான். நாளைக்கு வேறொரு மனுசன் என்ன மாதிரி பிணையாளா நின்னு ஏமாத்தப்படறதுக்கு

முன்னால அவரிடம் நான் ஒன்னு ரெண்டு விஷயம் சொல்ல வேண்டியிருக்கு."

"சீக்கிரம் சொல்லுங்க... நேரம்..."

"என்னதான் சொன்னாலும் உலகத்தில நாம ஒவ்வொருத்தரும் தனி மனுஷங்கதான். ஆத்துல தூக்கிப் போட்டாலும் அளந்து போடுன்னு ஒரு பழமொழி இருக்கு. அதுனால பெத்த தாய்கிட்டயா இருந்தாலும் காசு விஷயத்துல கணக்கு சரியா எழுதி வைக்கணும். கணக்கா பேசறதுக்காக இல்ல. நாளைக்கு மத்தவங்க நம்மள அப்படிப்பேச வைக்கிறபோது ஒழுங்கா பதில் சொல்ல ஏதாவது ஆதாரம் வேண்டாமா?"

"ரெண்டாவதா, நெருங்கிய சினேகிதங்களுக்கு இடையிலே பணப்போக்குவரத்து நடத்தக் கூடாது.

"மூணாவதா, யாருக்கும் 5000 ரூபாய்க்கு மேல கடனா குடுக்கக் கூடாது. அப்படிக்கொடுத்தாலும் போஸ்ட் டேட்டட் செக்கும், ஒப்பந்தப் பத்திரமும் எழுதி வாங்கி வைக்கணும். இல்லாட்டா நாளைக்கு பணம் விஷயமா பிரச்சினை வந்தா உங்களுக்குள்ளே பேச்சு வளர்ந்து சண்டையாயிடும். உறுதியான நட்புன்னு இனிமையா சொல்லி சப்புக்கொட்டிக்கலாம். ஆனா சின்ன ஒரு சச்சரவு வந்தா எந்தப் பந்தமும் ஒரு நிமிஷத்துக்குள்ள ஒடஞ்சி சின்னாபின்னமாயிடும்."

நாலாவதா, தன்னுடைய பாதுகாப்பும் வாழ்க்கையும் எந்த நெலமையில இருக்குன்னு யோசிக்காம ஒரு பைசா கூட யாருக்கும் உதவியா கொடுக்கக் கூடாது. நாம கொஞ்சம் சுயநலவாதின்னு ஆளாளுக்கு முதல்ல குசுகுசுன்னு பேசிக்கிட்டாலும், அப்படி கறாராக இருந்ததுனாலே இப்போ சினேகிதமாவது மிஞ்சியிருக்கேன்னு பிற்பாடு புரியும். கடன் தலைக்கு மேல ஏறி வாழ வழியில்லாத உங்களுக்கு கள்ளு வாங்கித் தர நிறைய பேர் இருப்பாங்க. ஆனா ஒரு கிலோ அரிசி வாங்கப் பணம் கேட்டா ஒருத்தனும் திரும்பிப் பார்க்கமாட்டான்."

"நேரமாகிறது விசுவன்..."

"கடைசியா ஒரு விஷயத்தையும் சொல்லிடறேன் சார். நிறைய அன்பும் உறுதிமொழியும் எல்லாம் சொல்லிக்கிட்டு உங்க பின்னாடி சுத்தி வரான்னா ஒரு சோதனைன்ற

முறைல கொஞ்சம் காசை கடனா கேட்டுப்பாருங்க. அடுத்த நாளிலிருந்து அந்தாளோட தூசி கூடப் பார்க்க முடியாது.”

“சரி விசுவன், ஒரு தனி மனிதனுக்குப் பிணையாளா நின்னதாலே நீங்க பெரிய விஷயங்களெல்லாம் புரிஞ்சிகிட்டிங்க. டாக்டர். நந்தகுமார் திரு.மாதவன் நாயர், அட்வகேட் பாத்திமா பேகம், திரு.அலெக்ஸ் புன்னூஸ், விசுவன், இந்த சர்ச்சையில் பங்கு கொண்டதற்கு மிக்க நன்றி.

“குண்டூர் விசுவனின் தற்கொலை இன்றியமையாததா? அபிப்ராய வாக்களிப்பில் பங்கு பெற விரும்பும் நேயர்கள் அரபு நாடுகளில் இருந்து 6798 என்ற நம்பரிலும், இந்தியாவுக்குள்ளே இருந்து 2354 என்ற நம்பரிலும் எங்களுக்கு எஸ்.எம்.எஸ். செய்யலாம்.”

தன்னுடைய விஷயத்தில் நேயர்களின் அபிப்ராயம் என்னவென்று அறிந்துகொள்ளும் ஆர்வத்துடன் அடுத்தநாள் நியூஸ் டைமுக்கு அரை மணிநேரம் முன்னதாகவே விசுவன் வீட்டிலிருந்து கிளம்பினான். தலைக்குக் குடையாகப் பிடித்த கையின் மீது தூறிக் கொண்டிருந்த லேசான மழையில் நூல் நிலையத்துக்குச் சென்று நுழைந்தபோது தொலைக்காட்சிப் பெட்டியின் முன் பொதுவாக என்றைக்கும் இருப்பதைவிட நிறையபேர் இருந்தனர். ஆனால், எதிர்பார்த்தபடி யாரும் முந்தைய நாள் நடந்த சர்ச்சையைப் பற்றி விசுவனிடம் எதுவும் கேட்கவில்லை. மாறாக அவர்கள் வங்கக்கடலில் மையம் கொண்டிருந்த புயலைப்பற்றிய கவலையுடன் சிகரெட் புகைத்துக்கொண்டிருந்தனர்.

நியூஸ் டைம் ஆரம்பித்தது.

சாதாரணமாக, முந்தைய நாள் அடிப்படையில் நடத்திய வாக்குப்பதிவின் படி அபிப்ராயங்களின் சதவீதம் எவ்வளவு என்று எழுதிக் காண்பித்து நேயர்களின் கருத்தினைப் பற்றியும், அரசாங்கம் இந்த விஷயத்தில் எடுக்க வேண்டிய அவசர நடவடிக்கைகளைப் பற்றியும் ஒரு முழுமையான அறிக்கையும் தொலைக்காட்சி சேனலின் தரப்பில் தெரிவிப்பதுண்டு. ஆனால், அந்த இரண்டு விஷயங்களும் நடக்கவில்லை. அன்றைய நியூஸ் சேனல் நிகழ்ச்சியில் தொகுப்பாளர் இப்படித்தான் தொடங்கினார்.

குண்டூர் விசுவனின் தற்கொலை மிரட்டலைச் சார்ந்து நேற்று நடந்த சர்ச்சையில் விசுவன் தற்கொலை செய்ய வேண்டுமா கூடாதா என்ற எங்கள் கேள்விக்கு நேயர்களிடமிருந்து எந்த பதிலும் வரவில்லை. நியூஸ் டைமைப் பொறுத்தவரை இது ஒரு புதிய அனுபவம். டிஸ்கவரி விண்வெளிக் கப்பல் கொலம்பியாவிலிருந்து மீண்டும் செல்லுமா? இன்றைய சர்ச்சையைத் துவங்கும் முன் ஒரு சிறு இடைவேளை.”

விசுவன் பிறகு அங்கே நிற்கவில்லை. மழையில் இறங்கி நடக்கும் முன்னர் நூலகப்பொறுப்பாளரான ரமேஷிடம் “பெட்ரோ பராமோ” என்ற புத்தகத்தைப் பற்றி விசாரித்தான். தடிமனான பழைய அலமாரியில் இருந்து பக்கங்கள் செல்லரித்து விழுந்து கொண்டிருந்த புகழ்பெற்ற அந்த மெக்சிகன் நாவலை எடுத்து விசுவனிடம் கொடுக்கையில் ரமேஷ் புன்னகைத்தபடி, “விசுவன் அண்ணே, நீங்க சாகப்போறீங்க இல்ல? இது இறந்தவங்களோட புஸ்தகம்...” என்று கூறினான். முந்தைய நாள் சர்ச்சையில் அலெக்ஸ் புன்னூஸ் குறிப்பிட்ட ‘கொமாலா’ என்ற ஊரைப் பற்றித் தெரிந்துகொள்ள விசுவனுக்கு ஆர்வம் அதிகமாயிற்று. இரவில் அனைவரும் படுத்தபின் அரிக்கேன் விளக்கின் சன்னமான ஒளியில் அவன் நாவலின் பக்கங்களைப் புரட்டினான். நாவலை அன்னியோன்யமாகப் புரிந்துகொள்ளக்கூடிய ஆள் இல்லையெனினும் ‘கொமாலா’ இறந்தவர்களின் ஆத்மாக்களின் ஊர் என்பது அவனுக்கு எளிதில் புரிந்தது. ஹுவான் ப்ரேசியாதோ என்ற இளைஞன் தன் தந்தையான பெட்ரோ பராமோவைத் தேடி கொமாலாவுக்கு வந்துகொண்டிருக்கும் தருணத்தில் நாவல் தொடங்குகிறது. வறட்சியான ஊர் முழுக்க இறந்தவர்களின் குரல்கள் எதிரொலிக்கின்றன. அங்கே வந்து சேர்ந்த கொஞ்ச நாள்களுக்குள் ப்ரேசியாதோவும் இறந்துவிடுகிறான். நாவலின் ஓர் இடத்தில பர்த்தலோம என்ற கதாபாத்திரம் கொமாலாவைப் பற்றிச் சொன்ன வரிகளின் கீழே விசுவன் பேனாவால் கோடிட்டான்.

“...இங்கே எதுவுமில்லை. எங்கு பார்த்தாலும் தெரிகின்ற கெட்ட, புளித்துப்போன வாடையைத் தவிர. இந்தக் கிராமமே ஒரு துரதிர்ஷ்டம்தான். வெறும் துரதிர்ஷ்டம்...”

ஒரே இரவில் வாசித்து முடித்து புத்தகத்தைக் கீழே வைத்தபோது அதன் சிக்கலான கட்டமைப்பும் உள்ளடக்கமும் விசுவனை

ஒரு மேகமூட்டத்துக்குள் கொண்டுசென்று விட்டது. தன் வாழ்க்கையும் கொமாலாவைப்போல வறண்டுபோனதும், சகிக்க முடியாததும் தான் என அவன் புரிந்துகொண்டான். ஜன்னலில் வந்து அடிக்கும் மழைச்சாரலைப் பார்த்தபடி வெகுநேரம் அவன் அழுது கொண்டிருந்தான். பிறகு விளக்கின் திரியை அணைத்துவிட்டான்.

காலையில் எழுந்தபோது மரணத்திற்கும் வாழ்க்கைக்கும் இடையே எங்கேயோ தன்னைத் தொலைத்து விட்டதாக அவனுக்குத் தோன்றியது. கையில் தேநீருடன் வந்த மனைவி, டோரோத்தியைப் போல ஏற்கெனவே இறந்துவிட்டவளோ இவள் என்று பயந்தான்.

முந்தைய இரவு வங்கக்கடலில் மையம் கொண்ட புயல் முற்றத்திலிருந்த கிராம்புச் செடிகளின் அத்தனை இலைகளையும் உதிர்த்துவிட்டிருந்தது. எப்படியாவது சுதாகரனைத் தேடிக் கண்டுபிடிக்க வேண்டுமென்று யோசித்தான். ஆனால் ஒளிந்திருக்கும் ஒருவனை எங்கே என்று விசாரிப்பது?

விசுவன் வெளியே கிளம்பிக்கொண்டிருக்கையில் "சுதாகரனை ஒருபோதும் உங்களால் கண்டுபிடிக்க முடியாது" என்றாள் அவன் மனைவி.

"அதுவும் சரிதான்" என்றான் அவன். செருப்பில் ஒட்டிக் கொண்டிருந்த மழை நீரை உதறினான். பிறகு,"ஆகஸ்டு பதினைந்து ஆவதற்கு இன்னும் ஒருவாரம் கிடக்கிறது. சாக முடிவு செய்ததாலோ என்னவோ எனக்கு ரொம்பவும் போரடிக்க ஆரம்பிச்சுடுச்சி. இனி மீதியுள்ள ஏழு நாளுக்குள்ளே சும்மா ஒரு பயணம். சுதாகரன்கிட்டே போகலாம்னு நம்பிக்கை இருக்கு. ஒருவேளை பார்க்க முடியாவிட்டாலும் பரவாயில்லை. ஏராளமான நம்பிக்கைகளின் மேலேதானே இந்த உலகமே ஓடிக்கிட்டிருக்கு?" என்றான்.

ஒரே இரவில் விசுவன் ரொம்பவும் மாறிவிட்டதாக அவன் மனைவிக்குத் தோன்றியது. தற்கொலை அறிவிப்பு எழுதிவைத்த பலகை காற்றில் சரிந்து விட்டிருந்தது. அதை நன்றாக மண்ணில் ஊன்றி வைத்தபடி வீட்டுப்பக்கம் பார்த்துக் கொண்டு "பயப்படாதே சாகற நேரத்துக்குள்ள திரும்பி வந்துடுவேன்" என்று சொன்னான். மனைவி தலையசைத்து வீட்டின் முன்வாசல் கதவை மூடினாள்.

சுதாகரனைத் தேடி விசுவன் பல திசைகளிலும் அலைந்தான். உண்மையைச் சொல்லப் போனால் மரணத்துக்கும் முன்னதாக நிலவிய வெறுமையை இல்லாமலாக்கும் ஒரு கற்பனைக் குறிக்கோள் மட்டுமே சுதாகரன் எனலாம். பலரிடம் சுதாகரனைப் பற்றி விசாரித்தான். அவர்களோ, தங்களை ஏமாற்றிய மற்ற பலரையும் எதிர்பார்த்துக் கொண்டிருந்தனர்.

பயணத்தின் ஐந்தாவது நாள் நேரம் வெகுவாகத் தாண்டிவிட விசுவன் நெடுஞ்சாலையில் லாரிகளுக்குக் கைகாட்டி நின்று கொண்டிருந்தான். வாகனங்கள் அவனைக் கவனிக்காமல் தாண்டிச் சென்றுகொண்டிருந்தன. நீண்ட நாள் பயணத்தின் புழுதியும் வியர்வையும் அவன் சட்டைக் காலரில் அழுக்காக அப்பிக் கிடந்தன. அவன் கூட்டுரோடில் நின்று கொண்டிருந்தான். அங்கே கட்டடங்கள் நிறைய இருந்தும் அந்த நேரத்தில் ஒரு தள்ளுவண்டிக் கடை மட்டுமே இயங்கிக் கொண்டிருந்தது. அதைச் சுற்றிலும் பலர் நின்றிருந்தனர். தேநீர் பாத்திரம் வைக்கப்பட்டிருந்த ஸ்டவ்வின் உறுமல் சத்தத்தைத் தவிர்த்தால் பொதுவாக, அந்த அனைவருமே இறந்தவர்களைவிட நிசப்தமாகவே இருந்தனர். எண்ணெயில் வெந்து கொண்டிருந்த மாமிசத்தை நோக்கி அவர்களின் கையிலிருந்த தட்டுகள் நீண்டன. கோமாலாவிலுள்ள மனிதர்களும் ஏறக்குறைய இவர்களைப் போலத்தானே என்று யோசித்தான் விசுவன். முட்டை பஜ்ஜியை எடுத்து வாயில்போடுகிறவன் அபுன் தியோவாக இருக்கலாம். கையைக் கழுவி கைக்குட்டையில் துடைத்தபடி பில்லைக் கொடுப்பவன் டோனியோ எதூஹ்ஹேஸாக இருக்கலாம்.

அவனுக்கு ரொம்பவும் பசித்தது. லாரிக் காசு போகச் சட்டைப் பையில் சில நாணயங்கள் மிஞ்சின.

“பாலில்லாத காபி ஒண்ணு “என்றான் அவன். வெந்நீரில் காப்பித் தூளைப் போட்டு ஸ்பூனால் சத்தமாகக் கலக்கிவிட்டு தள்ளுவண்டிக்காரன், விசுவனிடம் தம்ளரை நீட்டினான். காபியை உதட்டில் வைத்த நேரம் ரோட்டில் ப்ரேக் சத்தம் க்ரீச்சிடுவதும் டமார் என்ற இடியோசையும் கேட்டு விசுவன் திரும்பிப் பார்த்தான். ஒரு மனிதன் உயரத் தூக்கி எறியப்பட்டு காற்றில் தலைகீழாகத் தரைக்கு வந்து தலைமோதி விழுந்தான். நொறுங்கிப்போன மோட்டார் பைக்கின் சக்கரம் சகதியில் வேகமாகச் சுழன்றது. பிறகு மெதுவாக ஓய்ந்தது.

அவனுக்கு எந்தவிதமான அதிர்ச்சியும் ஏற்படவில்லை. இது முன் எப்போதாவது நடந்திருந்தால் அவன் அந்தச் சூடான காபியை ஒதுக்கிவிட்டு மீட்பு வேலைகளில் மும்முரமாக ஈடுபட்டிருப்பான்.

அடிப்பட்டவனை யாராவது சென்று தூக்கியெடுத்து, அவ்வழியாகப் போய்வரும் வாகனங்களுக்காகக் கைகாட்டுவார்கள் என்று நினைத்து அவன் காஃபியைக் கொஞ்சம் கொஞ்சமாக ஊதிப் பருகினான். ஆனால் அங்கே கூடியிருந்தவர்களிடம் இருந்து விபத்திற்குள்ளாகிய துரதிருஷ்டசாலியை ஆதரிக்கும் விதத்திலான ஒரு பார்வைகூட எழவில்லை. அவர்கள் சடலங்களைப் போல வெறுமனே சாப்பிடுவதில் குறியாய் இருந்தார்கள்.

உண்மையாகவே இது கொமாலாதானா?

தான் பார்த்துக்கொண்டிருப்பது மரணத்தைக் குறித்த ஒரு குறும்படமா என்றுகூட விசுவன் யோசித்தான். இரவு உணவைச் சாப்பிடும் இவர்களெல்லாம் தன்னைப்போல வரும் சில நாள்களில் இறந்துவிட முடிவெடுத்தவர்களோ? மரணத்தின் புழு அவர்களின் உள்ளே இருந்த இலைகள் முழுவதையும் சாப்பிட்டு முடித்துவிட்டதோ? அவர்கள் ஒவ்வொருவரும் புழுக்களின் ஒவ்வொரு மரமோ? ஒரு லாரி மிக வேகமாகப் பாய்ந்து சென்றதும் விசுவனின் காலில் வெப்பமான ஏதோ வந்து ஈரமாக்கியது.

இரத்தம்!

அந்த இளைஞனின் ரத்தத்தின்மேல் லாரியின் டயர்கள் தாவிப் பாய்ந்தன. ரத்தத்துடன் மணல் பருக்கைகளைச் சேர்த்து ரோட்டில் அரைக்கும்போது உண்டாகும் சப்தத்தை அவனால் சகிக்க முடியவில்லை. விசுவன் ஓடிச்சென்று அந்த இளைஞனின் பருமனான உடம்பை ரத்தத்திலிருந்து இழுத்து வெளியே போட்டான். கடந்து செல்லும் வாகனங்களின் ஹெட்லைட் வெளிச்சத்தின் முன் பெரிய ஒரு நிழலாய் நின்றுகொண்டு, “காப்பாத்துங்க... கொஞ்சம் நில்லுங்க... உதவி பண்ணுங்க...” என்று பலமுறை உரக்கக் கத்தியவாறு கைகளைப் பலமுறை வானை நோக்கி உயர்த்தினான். வாகனங்களின் கண்ணாடிச் சன்னல்களிலும், பானட்டின் மீதும் கையால் தட்டினான்.

தள்ளுவண்டிக்காரன் கொதிக்க வைக்கும் பாத்திரத்திலிருந்து தண்ணீரை எல்லாம் மண்ணில் கொட்டிவிட்டுக் கடையைப் பூட்டினான். பிறகு விசுவன் பக்கம் வந்து இளக்காரமாகச் சிரித்தபடி, "சார், இதெல்லாம் இங்க சகஜம்... அப்புறம்... உங்களுக்கு ரொம்ப அவசியமா வேணும்னா மெடிக்கல் காலேஜ் வரைக்கும் கொண்டுபோக ஒரு வண்டி ஏற்பாடு பண்ணித் தரேன். வாடகை நீங்க கொடுக்க வேண்டியிருக்கும். தன்னுடன் துணைக்கு வரத் தயாரில்லை என்று உறுதியாகச் சொல்லிவிட்டுத் தன் தள்ளுவண்டியை நகர்த்தியவாறு அவன் இருளில் மறைந்தான்.

பத்து நிமிடத்துக்குள் ஒரு ஜீப் வந்தது. அந்த இளைஞனின் ஒடிந்துபோன தலையை ஒருமுறை தொடக்கூட முயலாமல் ட்ரைவர் கிளம்ப அவசரப்பட்டான்.

"இந்த இடம் கொமாலாதான்... இது நரகத்தின் வாசல்..." என்று விசுவன் தனக்குள் பலமுறை சொல்லிக்கொண்டான்.

திடீரென்று ஒரு நடு வயதான நபர் அக்குளில் ஒரு கறுப்புப் பை சகிதம் ஜீப்பை நெருங்கி ஓடி வந்தார்.

"நானும் கூட வரேன்" என்றார் அவர். விசுவனால் அதை உள்வாங்கிக்கொள்ள முடியவில்லை. அவன் மனதில் ஒரு வகை கடும் குளிர் குடிகொண்டது. இந்தக் கொமாலாவில் வறண்டு போகாத சில இடங்கள் இன்னமும் மிஞ்சியிருக்கின்றனவோ! அடிபட்டவனின் கால்களை நகர்த்தி விசுவனின் அனுமதிக்குக் காத்திராமல் கொஞ்சம் இருக்க இடம் சரிசெய்து அவர் அமர்ந்தார். ஜீப் கிளம்பியது. விபத்து நடந்ததற்கு உண்டான சூழ்நிலை, இளைஞனின் மேல் விலாசம் முதலியவற்றைப் பற்றி அந்த நடு வயதுக்காரர் பயணம் முழுவதும் பேசிக்கொண்டிருந்தார். அதற்கிடையில் விசுவனிடம் பரிச்சயம் ஏற்படுத்திக்கொள்ளவும் அவர் மறக்கவில்லை. முந்தைய நாளின் 'நியூஸ் டைம்' அவர் பார்த்திருந்தார். ஆனால் அந்த விஷயத்துக்குள் தலையிடவில்லை. விசுவன் சாகப்போவதைப் பற்றியோ, வாழ்வதைப் பற்றியோ அவர் கவலை கொண்டதாகத் தெரியவில்லை.

மூச்சை இழுக்கத் தவித்துக்கொண்டிருக்கையில் அந்த இளைஞன் சற்றுக் கூனி வளைந்தான். விசுவன் அவனது நெஞ்சில் பலமாக அழுத்தினான். உள்ளங்காலைப் பிடித்துவிட்டு அவனது

உடலின் வெம்மையை மிகைப்படுத்த முயன்றான். அவனின் உடம்பு மரணத்தின் மீது ஊசலாடியது. அவன் என்னமோ சொல்ல முயல்வது போலிருந்தது.

திடீரென நடு வயதுக்காரர் ட்ரைவரின் தோளைத் தொட்டான். “கொஞ்சம் நிப்பாட்டுப்பா… இங்கே எறங்கணும்.”

வண்டி நின்றது. நடுவயதுக்காரர் தன் பையைத் தேடி எடுத்து அக்குளில் சொருகித் தாவி இறங்கினார். அவர் சொன்னார்: “மன்னிக்கணும், அதோ அந்த வெளிச்சம் தெரியுதே, அதுதான் என் வீடு. நெடுஞ்சாலையில் வண்டி கெடைக்காம தவிச்சுக்கிட்டு இருந்தப்பதான் ஜீப்பைப் பார்த்தேன். நீங்க ஏத்தி விட்டதால சௌகரியமா வந்து சேர்ந்துட்டேன். தேங்க்ஸ், குட்நைட்.”

அந்த ஆள் இருட்டுக்குள் நடந்து மறைந்தார். ஜீப் கிளம்பியது.

நாம் போடும் கணக்கெல்லாம் எவ்வளவு சீக்கிரம் தலைகீழாய்ச் சரிந்துவிடுகிறது என்று யோசித்தான் விசுவன். மனம் ஒரு கள்ளம் கபடமற்ற கல் சிற்பி. சில நிமிடங்களுக்கு முன்னர் பரிச்சயமான ஒரு நபரைச் சுற்றி நற்குணங்களின் கற்களால் ஆன ஒரு கற்பனையைக் கட்டமைக்கிறது! ஆனால் அதன் அழகை ரசிக்கும் முன்பே கொஞ்சம் உறுதியற்ற ஒரு கற்குவியலாய் அது நொறுங்கிவிடுகிறது! மனிதனுக்கு அந்த நிலைமையில் அழவோ சிரிக்கவோ செய்யலாம். விசுவனுக்கு என்னமோ சிரிக்கத்தான் தோன்றியது. சத்தம் வெளியே கேட்காதபடி கண்களில் நீர் தளும்பும் வரை சிரித்தான்.

இளைஞனின் உதடுகள் மெதுவாகத் திறந்தன. அதன் ஓரத்தில் எச்சில் பசைபோல் ஒட்டிக்கொண்டிருந்தது. அதன் வழியாக அவன் பற்கள் வெளியே தெரிந்தன. கருவிழிகள் பின்னாகச் சொருகிக்கொண்டன.

மரணத்தின் வெம்மை அவனை ஆட்கொண்டுவிட்டது.

விசுவன் ட்ரைவரின் தோளில் மெதுவாகத் தொட்டபடி, “நிறுத்துப்பா” என்றான் ட்ரைவர் ப்ரேக்கில் காலை அழுத்தி ஏறிட்டுப் பார்த்தான்.

“இந்த ஆள் சாகப்போகிறான் கொஞ்சம் தண்ணியாவது கொடுக்கணும்” என்று சொல்லி விசுவன் ஜீப்பில் இருந்து

வெளியே இறங்கினான். வண்டியில் வைத்திருந்த தண்ணீர் பாட்டிலை எடுத்து அதில் ஒரு துளி நீர்கூட இல்லையென்று புரியவைக்க ட்ரைவர் அதைத் தலைகீழாகப் பிடித்தான். பாட்டிலைப் பெற்றுக்கொண்டு விசுவன் நடந்தான். ட்ரைவர் வண்டியை ஒரு ஓரமாக நிறுத்தினான்.

இருட்டில் அங்கே நிறைய மரங்கள் வானைத் தொட்டபடி நிற்பதை விசுவன் கவனித்தான். சட்டென்று அதன் மீது நிலவொளி விழுந்தது. சில்லென்று காற்று வீசியது. மரங்களுக்கு இடையே நடந்து, கீழ்ப் பக்கமாகச் சென்றுகொண்டிருக்கையில் எங்கேயோ நீரின் அசைவு அவனுக்குப் புலப்பட்டது. காட்டுப் புதர்களில் பட்டு, இலைகளின் நுனியை நினைத்தவாறு கூழாங்கற்களுக்கு மீதாக ஒரு கண்ணாடிப் போர்வையைப் போல அது மெதுவாக ஓடிக்கொண்டிருந்தது. இறந்து கொண்டிருந்த இந்த இளைஞனுக்காக.

தன்னைப் போல அவனும் எங்கெல்லாம் பயணம் செய்தான்; யாரிடமெல்லாம் பேசினான்; போட்டி போட்டான்; தோற்கவும் வருந்தவும் ஜெயிக்கவும் மகிழவும் செய்தான்; அவன் தன் உடம்பை வேட்கைகளால் தகிக்கவும் வெளியேறும் கழிவுகளில் இருந்து சுத்தப்படுத்தவும் செய்தான். அவனைப்பற்றி எத்தனை பேர் கலந்து பேசினர். அபிப்ராய வாக்களிப்பு நடத்தினர். அப்போதெல்லாம் அவன் தன்னையறியாமல் தேடிக் கொண்டிருந்ததென்னவோ இதோ தன் கால்விரல்கள் அழுந்தியிருக்கும் இந்தச் சின்ன நீரோடையின் இரண்டே இரண்டு துளி தண்ணீரை அல்லவா...!

அவனின் அத்தனை தாகங்களும் வேட்கைகளும் இங்கே முடிவடைகின்றன. விசுவன் அந்த இளைஞனின் உதடுகளில் தண்ணீரைச் சொட்டுச் சொட்டாக விட்டுக்கொண்டிருந்தான். துவண்டு கிடக்கும் அவன் கைகளை நெஞ்சோடு சேர்த்து வைத்தான்.

அவன் இறந்து போனான்.

அது வரையில் எந்தப் பாதிப்பும் இல்லாது நின்றிருந்த ட்ரைவர் மரணத்தின் முன்னால் வெலவெலத்துப் போனான். பாட்டிலில் மீதமிருந்த நீரை விசுவன் பருகினான்.

ஒருவிதத்தில் பார்த்தால் மனிதர்கள் ஒவ்வொருவரும் கடன்பட்டவர்கள் என்றே கூறலாம்.

அவன் சில்லென்ற காற்றில் நடந்தான்.

இரண்டு துளி தண்ணீர்தான் என்னுடைய கடன்... அதை நான் சற்றுமுன்னர் அடைத்துத் தீர்த்துவிட்டேன்.

தன் வீட்டுக்கு முன்னால் எழுதி வைத்த அந்தத் தற்கொலை அறிவிப்பு இருக்கிறதே, அது ஒரு பெரிய முட்டாள்தனம் என்று அவனுக்குப்பட்டது. அப்போது, கூடிய சீக்கிரம் அந்த அறிவிப்பை அங்கிருந்து அப்புறப்படுத்த வேண்டுமென்று நினைத்தான்.

(* பெட்ரோ பராமோ என்ற நாவலின் கதாபாத்திரங்கள் - இறந்தவர்கள்.)

உயிர் எழுத்து
ஜனவரி 2010

***

UVWXYZ (யரலவழள)

அவளைச் சந்திக்கையில் குறைந்தபட்சம் ஒரு முறை விசும்பவாவது செய்வாளென நினைத்து அவளைத் தேற்றுவதற்காக மனது நிறைய ஆறுதல் வார்த்தைகளுடன் வந்து சேர்ந்தேன். ஆனால், புடவைத் தலைப்பைக் கழுத்திலிருந்து எடுத்து தலையைச் சுற்றி வைக்கையில் மலர்ந்த முகத்துடன் சிரித்து என்னை ஆச்சரியப்படுத்தினாள் ரம்லா.

ப்ளாஸ்டிக் நாற்காலியிலிருந்த கண்ணுக்குத் தெரியாத தூசியைத் தட்டிவிடும்போது அவள் கேட்டாள் :

"எனக்கு உன்னை அடையாளம் தெரியாதுன்னு நெனச்சிருப்பெ, இல்லெ?"

என் பார்வை ரம்லாவிலிருந்து அவள் தலைக்கு மேல் சுவரில் மாட்டியிருந்த அவள் கணவன் வேணுவின் புகைப்படத்தில் சென்று நின்றது.

அவனின் எதிர்பாராத மறைவினால் நிராதரவாகி விட்ட ரம்லாவையும் குழந்தைகளையும் தேடி அவளின் பழைய விளையாட்டுத் தோழன் வந்து சேர்ந்ததில் உண்டான மகிழ்ச்சி வேணுவின் முகத்திலும் தெரிந்தது போலிருந்தது.

"நான் இப்பொ ஆப்பிரிக்காவில் கேப் டவுனில் இருக்கிறேன். ஒரு மதுக்கடையும் பாரும்

குத்தகைக்கு எடுத்து நடத்தறேன். என்கூட என் மைத்துனனும் இருக்கான்," என்றேன்.

"எனக்குத் தெரியும். எங்க வீட்டுக்காரர் வேணுவிடமும் நான் உன்னைப் பற்றி முன்னாலேயே சொல்லியிருந்தேன்."

"என்ன நடந்துச்சு?" என்றேன்.

"மோட்டார் பைக்கிலெ லாரி மோதிடுச்சு..." கொஞ்சம் மூச்சை நிதானப்படுத்தி அவள் தொடர்ந்தாள்,

"வேணும்னு இடிச்சதுதான். வருஷம் பதினஞ்சு ஆயிடுச்சு. அவங்க பகைதான் இன்னும் தீரலெ, கேஸ் நடந்துக்கிட்டே இருக்கு..."

லேசாகப் புன்முறுவல் செய்து தனக்குத் தானே சொல்வது போல ரம்லா சொன்னாள், "என்ன பிரயோஜனம்..."

"அங்க வீட்டிலிருந்து யாராவது வந்தாங்களா?"

இல்லையென்று தலையசைத்தபோது அவள் கண்ணிலிருந்து ஒரு துளி நீர் கீழே சிந்தியது. நான் பார்க்காமலிருக்க அவள் அதைத் தன் பாதங்களுக்கடியில் ஒதுக்கி வைத்தாள்.

சின்ன பெண்ணாயிருந்த போது எங்கே தண்ணீரைக் கண்டாலும் அதில் தன் காலை நனைத்து சும்மா தேய்த்து மினுக்கிக் கொண்டிருப்பாள் ரம்லா.

வேணு காலமான பிறகு அவள் முகத்தின் பொலிவு மறைந்து விட்டிருந்தும் அவள் பாதங்கள் இப்போதும் பளபளப்பதைப் பார்த்தேன்.

ரம்லா என் பக்கம் சற்று நகர்ந்து நின்றாள்.

அவளுக்குள்ளிருந்த நிரந்தரமான அந்தப் பிரகாசம் என் கால்களுக்கு மெதுவாக உளர்ந்து மேலேறி வந்து என்னை நோக்கிக் கை நீட்டியது...

நான் அதன் நுனி விரலைப் பிடித்தேன். அப்போது மிகவும் சோர்ந்து போயிருந்தேன். எனக்கு அப்போது நான்கு வயது. அந்த மாதம் மூன்றாம் முறையாக வந்த காய்ச்சலும் விட்டுப் போயிருந்தது. பிறகு அம்மா என்னைக் குளியலறையின் பித்தளை அண்டாவின் பக்கவாட்டில் நிறுத்தி தலையில்

வெந்நீரை ஊற்ற ஆரம்பித்தாள். வெப்பம் ஆறாத தண்ணீரின் இரக்கமற்ற தழுவலில் என் பலவீனமான உடல் லேசாக உதறியது. பிறகு மழைத்துளிகளின் பாரம் தாங்கமாட்டாத கீரைச் செடியைப் போல முன் பக்கமாகச் சாய்ந்தேன்.

மூச்சை உள்வாங்காமலிருக்கையிலேயே கவலைக்கிடமாய்த் தெளிவாகத் தெரிந்த விலா எலும்புகளைத் தடவிய போது அம்மாவின் கண்கள் ஈரமாவதைப் பார்த்தேன். ஒரு வருடமாக என்னை விடாமல் துரத்திய காய்ச்சல் எனக்குள்ளேயிருந்த சளியில் ஏராளமான குமிழிகளை உருவாக்கியது. என் தொண்டைக்குள் மஞ்சள் நிறக் கால்களை அழுத்தி வைத்த ஒரு கோரமான பறவையைப் போல எந்நேரமும் குறுகுறு சத்தம் வெளிவந்த போது நான் செத்தே விடுவேனோ என்ற பயமும் அம்மாவைப் பற்றிக் கொண்டது.

காய்ச்சல் ஒரு பூனையைப் போலத்தானோ என்று எனக்குத் தோன்றியது. அது எழுந்து சென்றாலும் அத்தனை நேரம் அது படுத்திருந்ததால் அதன் வாடை அங்கேயே தங்கியிருக்கும். ஜுரம் குறைந்த பிறகு என் சருமத்தில் தெரிந்த சுளிவுகளையும் அழுக்கையும் அம்மா ஹமாம் சோப்பின் நுரையால் கழுவத் தொடங்கினாள். சோப்பிலிருந்து வழுக்கிய அவள் விரல்கள் என் பிடரியிலிருந்த புலப்படாத ஆனால் சின்னதென்று சொல்ல முடியாத மூன்று நான்கு கட்டிகளில் பட்டு நின்றது. “அட, இதென்ன புளியங்கொட்டை போல!” என்று கேட்டபடி அம்மா, பின் கட்டில் உரலில் நெல் குத்திக்கொண்டிருந்த வேலைக்காரி உம்முவைப் பார்த்துத் தலையை உயர்த்தினாள்.

உலக்கையைக் கீழே போட்டுவிட்டு, “புளியங்கொட்டையா... பார்க்கறேனே...” என்று கூறி உம்முவும் என் பக்கம் வந்தாள்.

இன்றாயிருந்தால் அந்தச் சிறு கட்டிகளை நான், ஒரே நிறம் கொண்ட நாலு ஜெம்ஸ் மிட்டாய் போல என்று உவமையாகக் கூறியிருப்பேன்.

போன வாரம் இந்த உம்முவின் மகள் எனக்குச் சுட்டுத் தந்த புளியங்கொட்டைகளில் சில என் வயிற்றுக்குப் போய் சேராமல் கழுத்திலேயே மாட்டிக்கொண்டனவோ?

எனக்கு பயமாக இருந்தது.

தினமும் தலை குளித்தால் நாளை இவையெல்லாம் முளைவிட்டுப் பெரிய புளிய மரங்களாய் வளர்ந்துவிடுமோ? இப்படி அதையும் இதையும் யோசித்தபடி படுத்தபோது என் தூக்கமும் போய்விட்டது.

அந்நாளில் எங்கள் வீட்டில் தாத்தா, பாட்டி, அம்மா, மாமாக்கள் தவிர என் அக்காவும், நிரந்தர அங்கமல்லாமல், அடிக்கடி வந்து போய்க்கொண்டிருந்த என் தந்தையும் இருந்தனர். போதாததற்கு எங்கள் பாக்குத் தோப்பிலும் வயல் வெளியிலும் வேலை செய்யும் ஆண்களும் பெண்களுமாகச் சேர்ந்து ஒரு பெரிய மக்கள் கூட்டமே வீட்டில் இருந்தனர். செய்தி பரவியதும் வருகிற போகிறவர்கள் அனைவரும் என் கழுத்தில் தொட்டு அழுத்திப் பார்த்தனர். தெரிந்தோ தெரியாமலோ அவர்கள் அறிந்து வைத்த தகவல்களையும் கவலைகளையும் பரிமாறத் தொடங்கினர்.

விடியற்காலை பூஜைக்காக கோயிலின் சன்னிதிக்கு வெளியே இருக்கும் மணியை ஒலிக்கவிட்டு சாமியைப் பார்த்துக் கும்பிடுவது போல் அவர்கள் என் கழுத்தை மெல்ல மெல்ல ஒரு கோயிலாக மாற்றினார்கள்.

இதில் எனக்கும் ஒரு விதத்தில் சொல்லி மாளாத சந்தோஷம். யாராவது வந்து என் பிடரியைத் தொட்டவுடன் 'க்ணிங்' என்று ஒலியெழுப்பினேன். இந்த மணியோசை அதிகமாக ஆக அந்த மாதத்தில் மிச்சமிருந்த நான்காவது காய்ச்சலும் வந்து சேர்ந்து என் தாடையை நடுக்கியது.

அம்மா என்னையும் அழைத்து காஞ்சிரத்துங்கால் என்ற ஊருக்கு நடந்தாள். எங்கள் பஞ்சாயத்திலுள்ள ஒரேயொரு ஹெல்த் சென்டர் அங்குதான் இருந்தது.

அங்கிருந்த டாக்டர் பெயர் வேணுகோபாலன். சிகப்பாக உயரம் குறைந்து, வரியுள்ள சட்டையும் பேன்ட்டும் அணிந்து சிரித்த முகம் கொண்ட மனிதர்.

எங்கள் தாத்தாவை ஒருமுறை காட்டுக்குளவிகள் கொட்டி தரையில் சாய்த்துவிட்ட அன்று இவர் நிறைய மருந்துகளடங்கிய தோல் பையும் கையுமாக எங்கள் வீட்டுக்கு வந்தது எனக்கு ஞாபகமிருக்கிறது. அதன் பிறகு நானும் 'திருவாளர் காய்ச்சலும்'

நெருங்கிய நண்பர்களானதும் டாக்டரும் எங்கள் குழுவில் சேர்ந்து கொண்டார்.

பரிசோதனை அறை கதவுக்கு வெளியே என் தலை தென்ப்பட்டால் அன்பு கலந்த கனிவோடு, “என்னடா காய்ச்சல்காரா”, என்று கூப்பிடுவார். அவர் என்னை அருகில் அழைத்து நிற்க வைத்து தலையைக் குனியச் சொன்னார். அவரின் நீண்ட மிருதுவான விரல்கள் என் கழுத்திலிருந்த சதைக் கட்டிகளில் பட்டபோது வியாதியின் சங்கீதம் மெல்லியதாக ஒலிப்பது எனக்குக் கேட்டது. நோயாளிக்கும் நோய்க்கும் இடையிலான திடமான உறவின் வெளிப்பாடு அது என்பதால் அந்தச் சங்கீதம் என் காதுகளுக்கு மட்டுமே கேட்டது.

“ப்ரைமரி காம்ப்ளக்ஸ்தான்னு தோணுதும்மா,” என்று கூறிய டாக்டர் அம்மாவைப் பார்த்து, “இவனுக்கு ரத்தம் டெஸ்ட் பண்ணணும்,” என்றார்.

சீட்டு எழுதும்போது அம்மாவுக்குப் புரியும் விதத்தில் டாக்டர் இன்னொரு முறை விவரமாகச் சொன்னார்.

“நம்ம பாஷையிலெ நாம் இதெ பால டி.பின்னு சொல்லுவோம். அதனால்தான் இந்தக் காய்ச்சல் விடாமல் வந்துகிட்டே இருக்கு.”

முப்பத்தைந்து கிலோமீட்டர் தொலைவிலுள்ள மாலிக் தினார் ஆஸ்பத்திரிக்கு உடனே செல்லச் சொன்னார். அங்கே போய் ரத்தம் டெஸ்ட் பண்ணிப் பார்த்தபோது அவர் சந்தேகப்பட்டது உண்மைதான் என்று புரிந்தது.

“மூணு மாசம் தொடர்ந்தாப் போல ஊசி போட்டுக்கணும். அது முடிஞ்சதும் குறைஞ்சது மூணு வருஷமாவது மாத்திரை சாப்பிட வேண்டியிருக்கும்,” என்று லேப் ரிப்போர்ட்டைப் பார்த்து சொன்ன டாக்டர் என்னைப் பார்த்துச் சிரித்தார்.

“ஊசி போடும்போது வலிக்குமா?” என்று அம்மாவிடம் கேட்டேன். பச்சை மிளகாய் காய்த்து நிற்கும் வயல் வழியாக வீட்டுக்கு நடந்து வந்து கொண்டிருந்தோம்.

ஊசி போடும் சிரிஞ்சைவிட ஒல்லியான என் கைகளை அன்பாகப் பிடித்துக்கொண்டு அம்மா சொன்னாள், "வலிச்சாலும் அழப்படாது."

"தைரியசாலிப் பிள்ளைங்க அழமாட்டாங்க, இல்லெ?" என்று அவளிடம் கேட்டபோது ஆமாம் என்று தலையசைத்தாள்.

அப்படியெல்லாம் நான் என்னையே தேற்றிக்கொண்டாலும் தொடர்ந்து தொண்ணூறு முறை ஊசி என் உடம்பில் ஏறுவதை நினைக்கையில் பயமாக இருந்தது.

நர்ஸம்மாக்கள் என்னைக் காய்ந்த பாக்கு நிறைந்த சாக்கு மூட்டையைத் தைப்பது போல் கனவு கண்டதாலோ என்னமோ தூக்கத்தில் என் கண்ணிமைகள் என்றுமில்லாமல் அசைந்தவாறிருந்தனவாம். அவ்வப்போது விழித்தெழுந்து அழுதேன். நான் என்னதான் செய்தாலும் இரண்டு நாள்களில் சுரேஷ் மாமா வந்து என்னை ஹெல்த் சென்டருக்கு அழைத்துத்தான் போகப்போகிறார்.

வீட்டிலிருந்து ஆஸ்பத்திரிக்குக் குறைந்தது மூன்று கிலோமீட்டர் தூரமிருந்தது. நடந்துதான் போக வேண்டும்.

பச்சை காலர் கொண்ட என் சிகப்பு டீஷர்ட்டை அம்மா அலமாரையிலிருந்து வெளியே எடுத்து இஸ்த்திரி போட்டு வைத்தாள். என் உடைகளிலேயே எனக்கு மிகவும் பிரியமான உடை அதுவென்று அவளுக்குத் தெரிந்திருக்கும். அப்போதைக்கு என்னை சந்தோஷப்படுத்த அம்மாவிடம் அதுவன்றி வேறு வழிகளில்லை போலும்.

மறுநாள் காலை பதினொன்று மணியளவில் நான் காஞ்சிரத்துங்கால் ஹெல்த் சென்டர் வந்து சேர்ந்தேன்.

சரளைக்கற்களையும் பாறைகளையும் புதர்களையும் மிதித்து நடந்து பிறகு வயல்வெளியையும் தாண்டி வந்த அந்தப் பயணம் தர்மாஸ்பத்திரியில் வந்து முடிவதற்குள் மிகவும் சோர்ந்து போயிருந்தேன். என் கால்கள் நடுங்கி தொண்டை வறண்டுவிட்டது.

வராந்தாவில் போடப்பட்டிருந்த பெஞ்சில் படுத்தால் தேவலாமென்று எனக்குத் தோன்றியது. ஆனால் அதற்கு முன்

என் உடம்பில் நுழையப் போகும் அந்த ஊசியின் உருவமும் தோரணையும் எப்படியிருக்குமென்று தெரிந்தே தீர வேண்டும்.

பக்கத்து அறையின் பச்சை நிறத் திரைச்சீலையை நீக்கித் தலையை நீட்டினேன். வெள்ளை நிறம் பூசிய இரும்புக் கோப்பையின் கிருமி நாசினிக் கரைசலில் மூழ்கிக் கிடந்தது அந்த சிரிஞ்ச். ஒரு தாக்குதலுக்குத் தயாரான பாணியிலுள்ள அதன் நிசப்தம் என்னைப் பயமுறுத்தியது.

"வாப்பா," என்று மத்திய வயதான ஒரு தெக்கத்தி நர்ஸம்மா என்னைக் கையசைத்துக் கூப்பிட்டாள்.

அதற்குள் மாமா சீட்டுடன் வந்தார்.

கொதிக்கும் தண்ணீரை மூன்று நான்கு முறை தொடர்ந்து சிரிஞ்சுக்குள் இழுத்தெடுத்து நர்ஸம்மா முதலில் அதன் கண்ணாடிக் குழாயைக் கழுவினாள். அப்போது அதன் மீதிருந்த சிவந்த கோடுகள் தெளிவாகத் தெரிந்தன. ஒரு பெரிய ஊசியை அதன் முனையில் பொருத்திவைத்தவுடன் மயங்கிக் கிடந்திருந்த அதன் கடுமை கண் விழித்தெழுந்தது.

ஒரு போலீஸ்காரன் தன் அதிகாரத்தின் சின்னம் பதித்த தொப்பியை எடுத்துத் தலைமேல் அணிவது போலிருந்தது அது.

மருந்து பாட்டிலின் வாயைச் சுற்றிய தகடினை உரித்து எடுத்துவிட்டு ரப்பர் அடைப்பு வழியாக ஊசியைக் குத்தி இறக்கி ஓரளவு மருந்தை சிரிஞ்சுக்குள் இழுத்துக்கொண்டாள். அதிலிருந்து ஒரு துளி மருந்து ஊசியின் கூறிய முனைக்குத் தள்ளி வந்து தரையில் சொட்டச் செய்தாள். ஒரு சின்ன துண்டு பஞ்சை டெட்டாலில் நனைத்து என் நரம்புகளைத் துடைத்துப் பதப்படுத்தினாள்.

நான் கண்களை இறுக மூடிக்கொண்டேன்.

"தைரியசாலியான பிள்ளைகள் அழுவதில்லை," என்ற வாக்கியத்தை நானே நம்புவதற்காகப் பலமுறை மனதில் போட்டுப் புரட்டுவதற்குள் மருந்து என் ரத்தத்தில் ஒரு குடைச்சலோடு பரவத் தொடங்கியது. ஊசியைத் திரும்ப வெந்நீரில் போடுவதற்குள் என் கண்கள், உடைந்த பாட்டில்களைப் போல நீர் வழிந்தோடியதை நர்ஸம்மா கவனித்தாள்.

அவள் என் தோளில் தட்டித் தந்து 'நல்ல பிள்ளை' என்று சொல்லிச் சிரித்தாள்.

அந்த நேரத்தில் அப்படியொரு பாராட்டுக்காக ஏங்கிய நான் என் கண்களைத் துடைத்துக் கொண்டேன்.

இனி மீண்டும் எண்பத்தியொம்பது நாள்கள் நான் இந்த ஆஸ்பத்திரியின் படிகள் ஏறியிறங்க வேண்டும்.

ஹெல்த் சென்டரின் அருகாமையில் கால்நடைகளுக்காக வேலிகட்டிய பட்டியொன்று இருந்தது. அங்குமிங்கும் அலைந்து, கண்டவர்களின் தோட்டங்களிலும் கொல்லைகளிலும் ஏறிச் செடி கொடிகளைத் தின்று நாசம் செய்யும் காமன் சென்ஸில்லாத ஆடுமாடுகளைப் பிடித்து வந்து தண்டிப்பார்கள். அதற்காக அந்த காலத்து அரசாங்கம் ஏற்பாடு செய்த மிருகங்களின் சீர்திருத்த இல்லம் அதுவென்று கூறலாம்.

சதுர வடிவத்தில் சுமார் இருபத்தைந்து சென்ட் பரப்பளவில் மதில் கட்டி இரும்பு கேட் வைத்து ஒதுக்கப்பட்ட இடம் அது.

அதன் உள்ளே என்றைக்கும் தண்ணீர் நிறைந்திருக்கும் ராட்சத தொட்டியொன்றிருந்தது. சில சமயம் நாலோ ஐந்தோ சிறிய வைக்கோல் போர்களும் தெரியும்.

சட்ட விரோதமாக நடந்துகொண்ட கால்நடைகளை நன்றாக அடித்து ஒரு வழியாக்கி, புகார் கொடுப்பவர்கள் அவைகளை அதற்குள்ளே தள்ளிவிட்டால் பிறகு ஜாமீனில் வெளியே வர அந்த மிருகத்தின் எஜமான் பஞ்சாயத்தில் அபராதம் கட்டி ரசீது பெற வேண்டும்.

சில மிருகங்களைத் திரும்ப அழைத்துச் செல்ல யாரும் வருவதில்லை. அப்போதெல்லாம் விசாலமான திறந்த வெளியில் நூற்றுக்கணக்கான ஆடுமாடுகள் மேய்ந்து திரிவதைப் பார்க்கலாம். இவைகளுக்கெல்லாம் எந்தக் கணக்கும் எண்ணிக்கையும் இல்லை. எஜமான் வரவில்லையென்றால் அடிபட்டுத் தோலுரிந்த இடம் பெரிய ரணமாகி ஈக்கள் மொய்த்தபடி இருக்கும்.

அறியாமல் செய்த தவறுக்கும் பொறுப்பைச் சுயமாகவே ஏற்றுக்கொண்டு முன்கால்களை மடக்கி, தலையைக் குனிந்து இடப்பக்கம் சரிந்து விழுந்து அவை சாகும்.

ஊசி போடும் படலம் ஒரு மாதம் சென்றதும் இதைவிட இது போன்ற ஏதாவது கால்நடைப் பட்டி ஒன்றில் கிடந்து சாவதே மேல் என்று எனக்குத் தோன்றியது.

அந்த வழியாக வரும்போது ஒரு பசுமாடு பரிதாபமாக என்னையே பார்த்தபடி நின்றுகொண்டிருந்தது. அதன் கண்ணிலிருந்து தாடை வரை கண்ணீர் வழிந்து ஒரு கருப்பு கோடே உருவாகியிருந்தது. என் சின்ன உடம்பில் ஒவ்வொரு நாளும் புதிய இடங்களைக் கண்டுபிடித்து சிஸ்டர் ஊசி ஏற்றும்போது ஒரு சாதுவான வீட்டு மிருகதைப்போல நானும் சத்தமின்றி அழுதுகொண்டிருந்தேன்.

நடந்து நடந்து என் கால்கள் சுட்டன. செருப்பு எனக்குப் பிடிக்கவில்லை. மெதுவாக என் உள்ளங்காலின் சருமத்தில் இயற்கையாக இருந்த மிருதுத் தன்மை போய் அனுபவத்தின் ஒரு விதமான கடுமை வந்து சேர்ந்தது. அந்தப் பாதத்தையெடுத்து எந்தக் கல்லின் மீதும் வைக்கலாம் என்ற நிலைமைக்கு வந்தது.

இருந்தாலும் அக்கம் பக்கத்துச் சிறு பிள்ளைகளுடன் சேர்ந்து விளையாடுவதிலிருந்து முடிந்தளவு விலகியே நின்றேன். வலியால் விண் விண் என்றிருந்த என் கைகளைத்தான் அவர்கள் குறிவைத்தார்கள். அதைப் பிடித்து அழுத்த நல்ல தருணம் பார்த்துக்கொண்டிருந்தனர்.

உல்லாசமயமான அவர்களின் மாலை வேளைகளை என் வீட்டு வாசலில் உட்கார்ந்தபடி ஆசையாக வேடிக்கை பார்த்தேன். அதற்கிடையில் அவர்கள் என்னைத் தேடி வந்து தண்ணிபாம்பே, சுள்ளிக்கொம்பே, எலும்பாண்டி என்றெல்லாம் விதவிதமான பெயர் சூட்டி என் நலமற்ற நிலைமையைக் கேலி செய்ய போட்டி போட்டார்கள்.

அதற்குள் எப்படியோ தெரியவில்லை, என் வயதுக்கு மீறிய பற்றற்ற தன்மையால் சூழப்பட்டு யார் என்ன கேட்டாலும் பதிலுக்கு ஒரு சிரிப்பு மட்டும் உதிர்க்கின்ற நிலைமைக்கு வந்து விட்டேன். பக்குவத்தின் சிறு வைக்கோல் துண்டு சதாசமயமும் என் உதட்டில் ஒட்டிக்கொண்டிருந்தது.

இப்படியெல்லாமானாலும் எனக்குக் கிடைத்த ஒரே ஆறுதல் கர்னாடக ஐயரான பட்டின் ஓட்டலில் சாப்பிட்ட ஆப்பமும் கொண்டைக் கடலைக் குழம்பும்தான்.

கள்ளும் மஞ்சள் கரு நீக்கிய கோழி முட்டையும் சேர்த்து அரிசிமாவை இரும்பு வாணலியில் ஊற்றி கௌபாய் தொப்பியைப் போல அய்யர் விறகடுப்பில் தயாரிக்கும் ஆப்பத்தைப் போல ருசியான பலகாரம் வேறு என் வாழ்நாளில் சாப்பிட்டதில்லை. தேங்காய் அரைத்து, பெரிய வெங்காயத் துண்டும் சேர்த்து கடுகு தாளித்துத் தயாரிக்கும் கடலைக் குழம்பு ஆப்பத்தின் லேசான இனிப்புடன் இணையும்போது சாப்பிடுபவனின் நாக்கில் அய்யர் ஒரு சுவையின் மேஜிக்கை உருவாக்குவார். அதை நினைக்கும் போது ஒருவேளை இந்த ஊசி குத்தல் முடிவுறத் தேவைதானா என்று கூட என்னை நினைக்க வைத்தது.

கடலைக் குழம்பில் தோய்த்த அந்த இரண்டு ஆப்பங்களால் ஐயாயிரம் ஜன்மங்களின் வேதனையை நான் மறந்தேன்.

காய்ச்சலெல்லாம் மாறியபின் நல்ல உடல் நலத்துடன் பிறகொரு முறை தேநீர் சாப்பிட அந்தக் கடைக்குச் சென்றபோது அய்யர் சொன்னார், “டேய், உன்னோட வியாதி குணமானது ஊசி போட்டதால இல்லெ. என் ஆப்பத்தெ சாப்பிட்டதாலதான்...”

ஒரு நாள் என்றைக்கும் போல ஆஸ்பத்திரிக்குப் போனபோது மீசையை முறுக்கிக்கொண்டு திடகாத்திரமான ஒருவர் வராந்தாவில் மேலும் கீழும் நடந்துகொண்டிருப்பதைப் பார்த்தேன்.

தன்னால் தனியாக நேர்கொள்ள முடியாத ஏதோ சில மன உளைச்சல்களைத் தன் மீசையின் மீது வைத்துவிட்டுத் தடவிக் கொண்டிருந்தார் அவர், எங்கள் ஊர் போலீஸ் ஸ்டேஷன் ஹெட் கான்ஸ்டபிள்.

நான் நேராகச் சென்று, “என் கை வேண்டுமா, கால் வேணுமா, இல்லை புட்டம் போதுமா?” என்ற தோரணையில் உடம்பைப் பூராவும் விட்டுக்கொடுத்தபடி ஆஸ்பத்திரி ஊழியரின் முன் நின்றேன்.

இம்முறை அவர்கள் என் வலக்கையைத் தேர்ந்தெடுத்தனர். அந்நேரம் அந்த ஏட்டும் அந்த ரூமுக்கு வந்தார். ஊசிக்கு முன்னால் நெஞ்சை விரித்து நிற்கும் என்னைப் பார்த்து அவர் மீசையை முறுக்குவதை நிறுத்தினார். அவர் முகத்திலோ லேசான ஆச்சரியம்.

சிஸ்டர் ஊசியையெடுத்து சிரிஞ்சில் வைத்ததும் அவரது கொழுத்த பலமான கைகள் திடீரென வேர்க்கத் தொடங்கின. முகத்திலிருந்த கடுமையான பாவம் மறைந்தது. ஒரு சிறு பிள்ளையைப் போலச் சாதுவாக மாறுவதைப் பார்த்தேன்.

அவர் சதையில் ஊசி பட்டதும் பொறுப்புள்ள ஒரு போலீஸ்காரனும் செய்யக்கூடாதவாறு உரக்க, "அய்யோ! அம்மா! உய்யா! ஊ!" என்றெல்லாம் கேட்டாலே வெட்க வைக்கும் ஓசைகளை எழுப்பிக் கொண்டு அழ ஆரம்பித்தார்.

என்னை மீறிச் சிரிப்பு வெடித்துவிடுமோ என்று பயந்து போனதும் வாயைக் கையால் பொத்தினேன். மாமா என் தலையில் சின்னதாக ஒரு குட்டு வைத்தார்.

சுமார் மூன்று மாதமாவதற்குள் தினந்தோறும் வந்துகொண்டிருந்த காய்ச்சல் தற்காலிகமாக நின்றது. இனிமேல் அடுத்த படலம் மாத்திரை சாப்பிடும் போட்டி, பெப்பானெக்ஸ் என்ற அந்த மாத்திரை ஒரு கோலிக்குண்டு அளவில் இருந்தது. கோதுமை மாவின் நிறம். வேளைக்கு இரண்டு மாத்திரையென மூன்று வேளைக்குத் தினமும் ஆறு மாத்திரைகளை விழுங்க வேண்டும். அதற்குள் என்னைப் பள்ளிக்கூடத்தில் மீண்டும் சேரச் சொன்னார்கள். அப்போது மதிய நேர மாத்திரை சாப்பிடுவது தான் புதிய பிரச்சினையாயிற்று. அம்மாவுக்கோ நான் மாத்திரை சாப்பிடாமல் இருந்து விடுவேனா என்ற பயம் வேறு.

ஆஸ்பத்திரியைப் போலவே பள்ளிக்கூடத்துக்கும் மூன்று நான்கு கிலோமீட்டர் நடக்க வேண்டும். பென்சில் போலக் குச்சியாய்ப்போன என்னை இத்தனை தூரம் எப்படித் தனியாக அனுப்புவது? அனுப்பாவிட்டால் ஸ்கூலில் ஒரு வருஷம் வீணாகுமே. மருந்தைச் சரியாகச் சாப்பிடாவிட்டால் காய்ச்சல் திரும்பி வருமே... இப்படிப்பட்ட நூறு கவலைகளுக்கு அம்மாவே முடிவு கண்டாள். வேலைக்காரி உம்முவின் மூத்த பெண் ரம்லாவைப் பள்ளியில் சேர்த்துவிடுவது. ரம்லா என்னை விட நாலு வயது பெரியவள். ஆனால் இதுவரை ஸ்கூலில் சேர்த்ததில்லை. ஸ்கூலுக்குப் போய் நாலு வார்த்தைகள் கற்றுக்கொள்வதைவிடப் பெரிய பொறுப்புகள் அவருக்கிருந்தன. எங்கள் தாத்தா தானமாகக் கொடுத்த பத்து சென்ட் நிலத்தில் மிருதுவான நீண்ட புல் போர்த்திய ஓலை வேய்ந்த குடிசையில்தான் ரம்லாவும் அவள் குடும்பத்தினரும்

வசித்து வந்தனர். உம்முவுக்கு ரம்லா போக இன்னும் இரண்டு பிள்ளைகள் இருந்தனர் ஜலீலும் கதீஜாவும்.

உம்முவின் கணவன் அயமு. சாராயம் காய்ச்சி சின்னச் சின்ன திருட்டும் இடையிடையே சில கிராமத்து வேலைகளும் செய்து திரியும் அயமுவின் ஒரே ஒரு தனித்தன்மை, தன் குடும்பத்தைத் திரும்பிக் கூடப் பார்ப்பதில்லை என்பதே.

எங்கள் வீட்டில் நாங்கள் சாப்பிடும் அரிசி பூராவும் உரலில் குத்துவது உம்முதான். ஓலையால் மறைத்த பின் கட்டிலிலிருந்து அவள் எப்போதும் தன் புருஷனைக் குறைகூறி அழுவாள். தவிட்டை எடுத்து சலித்துக் குழைத்து வெந்நீரில் வேகவைத்து உருண்டையாக்கிக் குழந்தைகளுக்குக் கொடுப்பாள். தவிடு சாப்பிடுவதாலோ என்னமோ ரம்லாவுக்கு நோய் ஒன்றும் வருவதில்லை. நல்ல சுறுசுறுப்பும் உடல் ஆரோக்கியமும் இருந்தது. ஒரு பெரிய மனுஷியின் தன்மையும் தோரணையும் அவளுக்கிருந்தது. அம்மாவுடைய இந்த எதிர்பாராத முடிவு ரம்லாவை மட்டுமல்ல, உம்முவையும் சந்தோஷப்படுத்தியது. அவளுக்குப் பள்ளியில் படிக்க சோம்பேறித்தனமல்ல, ஸ்கூலில் சேர்ந்தால் மட்டும் ஆகிவிட்டதா? சிலேட்டு, பென்சில், நோட்டுப்புத்தகம் எல்லாம் வாங்க வேண்டாமா? உம்மு வேலைக்குப் போகும்போது சின்னப் பிள்ளைகளுக்கு ஏதாவது சமைத்துச் சாப்பிடக் கொடுக்க ஒருத்தி வேண்டாமா?

என்ன இருந்தாலும் இந்த மாதிரி சிக்கலான பிரச்சினைகளிலிருந்து ரம்லாவை என் டி.பி. நோய்க்கிருமிகள் காப்பாற்றின. உலகத்திலேயே இதுதான் முதல் தடவையாக நோய்க்கிருமிகள் ஒரு பிள்ளைக்கு ஆரம்பப் பள்ளிக் கல்வியளிக்கிறது. அப்படியாக நாங்கள் இருவரும் சேர்ந்து ஸ்கூலுக்குப் போகத் தொடங்கினோம். என் அலுமினியப் பெட்டியையும் தூக்கி ரம்லா தன் குதிகால் வெளிச்சத்தைப் பின் தொடர்வதற்காக என்னை வரவேற்பாள்.

நோயினால் அணுஅணுவாகச் சாகப் போகும் ஒரு நோயாளியிடம் என்பது போலக் கருணையும் கண்டிப்பும் அவளிடம் ஒன்றுசேர்ந்திருந்தது. அந்த அணுகுமுறை என்னைக் கொஞ்சம் பதட்டப்படுத்தினாலும் அந்த அனுபவத்தை நான் நன்றாக ரசித்துக் கொண்டிருந்தேன். மத்தியானம், தவறாமல் பேப்பானெக்ஸ்ூம் தண்ணீரும் எடுத்துத் தருவாள்.

மாத்திரை சாப்பிட்டேனா என்று உறுதி செய்ய என் வாயைத் திறந்துகாட்டச் சொல்வாள். நான் சாப்பிட்ட பாத்திரத்தைக் கழுவித் துடைத்து வைத்த பின்னரே ஏதாவது சாப்பிடுவாள்.

என்னை எலும்பாண்டி என்று கேலி செய்தவர்களையெல்லாம் அவள் இழுத்துச் சுவரோடு சேர்த்து நிறுத்தி முட்டையைப் போல நசுக்கினாள். அவர்களின் கர்வமெல்லாம் அந்தப் பள்ளியின் சிமெண்ட் பூசாத சுவரில் கருப்பு நிறத்தில் ஒட்டிக் கிடந்தது.

மூன்று ஆண்டுகளுக்குள் என் பிடரியிலிருந்த நான்கு ஜெம்ஸ் மிட்டாய்களும் கீழே விழுந்தன.

அவள் அவற்றைப் பொறுக்கியெடுத்து தன் சிலேட்டில் வைத்து வாசிக்கத் தொடங்கினாள்:

அ... ஆ... இ... ஈ...

ரம்லா கலந்து தந்த எலுமிச்சை பழச் சாற்றைக் குடித்துவிட்டு நாற்காலியிலிருந்து எழுந்து நின்றேன்.

என் பர்ஸிலிருந்து ஒரு கத்தை ரூபாய் நோட்டுக்களை எடுத்து அவளுக்குக் கொடுப்பதற்காக நீட்டினேன்.

“ஏதாவது தேவை வரும், வச்சுக்கோ,” என்றேன். அதைப் பெற்றுக் கொள்ளாமல் ரம்லா சொன்னாள்:

“என் வீட்டுக்காரர் வேணு இப்பொ இல்லேன்னாலும் வாழ்க்கை நடத்த வேண்டிய பணத்தை உன் வியாதியே எனக்குத் தந்திருக்கு...”

என் பிடரியில் மெதுவாகத் தன் கையை வைத்து அழுத்தியபடி அவள் சொன்னாள் : “ய... ர... ல... வ... ழ... ள ...”

நான் சிரித்துவிட்டேன்.

ரம்லா பாடம் சொல்லிக் கொடுக்கும் அங்கன்வாடியைத் தாண்டி நடந்து காரை நெருங்கி வருகையில் அன்று முதன்முதலாக அந்த வியாதியின்பால் அன்பு தோன்றிற்று.

திசை எட்டும்

ஏப்ரல் - ஜூன் 2022

பேபீஸ் ப்ரெத்

அந்த வெள்ளிக்கிழமை சாயங்காலம் குவைத்தின் வீதிகளில் நடந்து செல்லும்போது என்னைப் பொறுத்தவரை ஒரு ஆச்சரியமான சம்பவம் நடந்தது.

இங்கே வந்து சேர்ந்தபின் பதின்மூன்று வருடங்களாக என்னிலிருந்து கிட்டத்தட்ட முற்றிலும் மறைந்து விட்ட சில நினைவுகள் அனிச்சையாகத் திரும்பி வந்தன.

காய்ந்து போன வயல்வெளிப் புற்களில் முதல் மழைத்துளிகள் விழும்போது வரும் வாசனை என்னை இன்னும் பின்னுக்கு இழுத்துச் சென்றன.

பாலைவனத்தின் தூசி படர்ந்த கண்ணாடியைத் துடைத்தபோது நான் முதலில் கண்டது தீபனைத்தான். என் உற்ற தோழன், ஆரம்பப் பள்ளியிலிருந்தே ஒரே பெஞ்சில் கால்கள் உரச அமர்ந்துதான் படித்தோம்.

ஊரை விட்டு வந்த பிறகு ஒரு முறையாவது, ஒரு சம்பிரதாயம் என்ற முறையிலாவது அவனைக் கூப்பிட்டுப் பேச முயன்றதில்லை. இது வேண்டுமென்றே செய்ததல்ல, இத்தனை வருடங்களில் மற்றொரு நபருடன் பங்கு கொள்ளுமளவு முக்கியமான எந்தச் சம்பவமும் என் வாழ்வில் நடந்ததில்லை. அதனாலென்ன...

விடுமுறை நாள்களிலாவது சும்மா நேரம் செலவிடும்போது ப்ளூ மூன் என்ற கண்ஸ்ட்ரக்சன் கம்பெனியில் நான் செய்துகொண்டிருந்த விஷயங்களையெல்லாம் ஒரு துண்டுக் காகிதத்தில் எழுதி தீபனுக்கு அனுப்பியிருக்கலாம். அதுவும் நடக்கவில்லை. அவன் இப்போது எங்கே இருக்கிறானோ? தீபனுக்கும் என்னை இப்போது பார்த்தால் அடையாளம் கண்டுகொள்ள முடியாமல் போய்விடுமா?

இதெல்லாம் அப்படியே இருக்கட்டும். இரண்டு நாள்களுக்குப் பிறகு தீபனைப் பற்றிய சகலமான தகவல்களும் எனக்கொரு பத்திரிகையிலிருந்து கிடைக்கப் போகிறது. இப்போதைக்கு நாம் லோதரைப் பற்றிப் பேசுவோம்.

நினைவுகளுக்குத்தான் ஒரு திட்டமும் ஒழுங்கும் இல்லையே. அதனால்தான் தீபன் இருக்க வேண்டிய இடத்தில் திடீரென லோதர் ஏறி வந்தான்.

அன்று நாங்கள் ஒன்பதாவது படித்துக்கொண்டிருந்தோம்.

நாள் தவறாமல் மெண்ட்ரேக் சித்திரக் கதையை வாசித்துக் கொண்டிருந்தோம். அதில் வரும் லோதரின் அதே சாயல் தான் இந்தக் குஞ்சாலிக்கு. ஆறடிக்கு மேல் உயரம். நன்றாக ஒட்ட வெட்டப்பட்ட தலைமுடி. விரிந்த பருமனான மார்பு. லோதரைப் போலவே மசில்களால் வரிந்து கட்டப்பட்ட வசீகரமான உடம்பு. மாலுமியாக இருந்தான். ஆனால் சாதாரண கப்பல் வேலையாட்கள் போலப் புகைப்பிடித்தல் மதுப்பழக்கம் முதலிய ஏற்பாடுகளொன்றும் இல்லை. தனிக்கட்டையானதால் பார்வைக்கு நாற்பத்தைந்து வயதைக் கடந்தவனென்று தோன்றாது. நிறைய திருமண ஆலோசனைகள் அவனைத் தேடி வந்தும் ஒரேயொரு பெண்ணில் அவனது உடலின் பாய்ச்சல்களைக் கட்டிப்போட அவன் தயாராகவில்லை. எங்கள் ஊரான குளங்கரையிலுள்ள எல்லாப் பெண்களுக்குள்ளும் அவனது வேகம் படர்ந்து செல்லவேண்டுமென குஞ்சாலி விரும்பினான்.

அதற்காக அவன் தன் எல்லா நேரத்தையும் செலவழித்தான். குளங்கரையில் பிறந்த எல்லாக் குழந்தைகளுக்கும் தன் சாயல்தான் என்று சொல்லித் திரிந்து தனக்குத்தானே தான் ஒரு கள்ளக்காதலனாக நிலைநிறுத்தப் பார்த்தான். அத்துடன் ஊரிலுள்ள ஆண்கள் அனைவருக்கும் ஒருவிதமான திகிலும்

பதட்டமும் ஏற்பட்டது. தங்கள் மனைவிமார்கள் என்ன சத்தியம் செய்தும் அவர்கள் திருப்தியடையவில்லை. ஏனெனில் குஞ்சாலியின் உடல்வாகின் காந்த சக்தி அவர்களை அந்த அளவுக்குக் குருடாக்கிவிட்டது. இந்த நம்பிக்கையைப் பறைசாற்றவென்றே குளங்கரையிலுள்ள மற்ற ஆண்களையும் ஒப்பிடும் வகையில் அவனது இரண்டாவது சவாலும் வந்தது:

“ஒரு பெண்ணின் உடலில் ஒரே இரவில் நான் செய்யக்கூடிய சாகசங்கள் உங்களால் உங்கள் வாழ்நாளில் செய்ய முடியாது!”

அது உண்மைதானோ என்று சிறுவர்களான எங்களுக்கும் தோன்றியது. ஏனென்றால் இந்த அளவுக்கு மட்டம் தட்டப்பட்ட எங்கள் ஊரிலுள்ள ஒரு ஆண்மகனும் லோதரிடம் வந்து இரண்டு வார்த்தைகள் பேச முயலவில்லை. மாறாக அவர்கள் தங்களின் உடம்பின் முறைகேடான நிர்வாகத்தை அங்கீகரித்துக் கொண்டு தலைகுனியவல்லவோ செய்தனர்?

அன்றிலிருந்து குளங்கரையில் ஆண்மை என்றால் லோதர் போல என்றாகிவிட்டது. அவன் எல்லாச் சாயங்கால நேரங்களிலும் எங்கள் முன் வந்து பாலுறவின் மாயாஜால உலகைப் பற்றி வெகுநேரம் பேசிக்கொண்டிருந்தான். ஊரிலுள்ள பெரிய பத்தினிகள் என்று எல்லோரும் நினைத்திருந்த பெண்களின் முகமூடிகளுடன் ஒவ்வொரு நாளும் லோதர் வந்தான். அவர்களின் உடல்களைப் பொய்யான மர்மப் போர்வையிலிருந்து வெளியே எடுத்து வெளிச்சத்துக்குக் கொண்டு வந்து ஒரு வரைபடத்தைப் போலப் பரப்பி வைத்தான்.

அவர்களின் உடம்பிலுள்ள முக்கியமான நதிகளும் மலைகளும் மிகச் சிறிய அடையாளங்களையும் கூட லோதர் விரிவாக வர்ணித்தான். ஒரு கரியடுப்பைப் போல எங்களுக்கிடையே கிடந்து எரிந்தான். அந்தக் கதைகளிலிருந்து எங்கள் எலும்புகளுக்கும் வெப்பம் படர்ந்தது. ஆனால், இதெல்லாம் வெகு சீக்கிரம் முடிவடைந்தது.

அன்று ஒரு பர்க்கிலி சிகரெட்டைப் பற்ற வைத்து நானும் தீபனும் முதன்முதலாகப் புகைப்பிடித்துக் கொண்டாடிய நாள். கோயில் குளத்துப் பக்கம் புதர் மண்டிய பாழடைந்த குளியலறையில் பதுக்கி வைக்கப்பட்ட புகையிலை எங்கள்

சர்வ நாடிகளிலும் மின்சாரம் பாயச் செய்கையில்தான் கீழே குளத்தில் தண்ணீர் அசையும் சத்தம் கேட்டது.

ஒரு இருமலைத் தொண்டையிலேயே அமுக்கிவைத்துக் கொண்டு குதித்தெழுந்தோம். அங்கே லோதர் நிற்பது தெரிந்தது. அன்று நிலவொளியில் அவன் உடம்பு பளபளத்தது. குளத்தின் படிகளில் அவன் எழுந்து நடந்து வருகையில் சட்டென்று இடுப்பிலிருந்த துண்டு நழுவிவிட்டது. கைநீட்டிப் பிடிப்பதற்குள் லோதரின் அப்பட்டமான நிர்வாண உருவத்தை நடுக்கத்தோடு பார்த்தோம்.

தொப்புளுக்குக் கீழே வேறொன்றும் தென்படவில்லை. கண்கள் முடிந்தளவு விரித்து வைத்து அந்த நடுக்கும் காட்சியை இன்னொரு முறை உறுதி செய்தோம்.

லோதர் எங்களையெல்லாம் இத்தனை நாள் ஏமாற்றிக் கொண்டிருந்தான். அவன் ஒரு சேதமான கப்பல். அவன் கையில் தன் சொந்த உடம்பின் வரைபடம் கூட இருந்திருக்கவில்லை.

பாவம் ஊர்க்காரர்கள்!

அன்றிரவே விஷயம் ஊரெங்கும் பரவிவிட்டது. நாங்களும் கொஞ்சம் வெடிமருந்தைத் தூவத்தான் செய்தோம்.

அது எங்களால் நம்ப முடியாத அளவுக்கு வேகமாகப் பற்றிக் கொண்டு எரிந்தது. அந்த வெப்பத்தில் லோதரின் நிர்வாணம் ஒரு பாம்பினைப்போல் கிடந்து நெளிந்தது. கடைசியில் ஆரவாரக் கூக்குரலால் உரக்கக் கூவினோம்.

“இவன் கையாலாகாதவன்!”

அடுத்த நாள் காலை நாங்கள் காஃபி சாப்பிடுவதற்கு முன் லோதர் தற்கொலை செய்துகொண்டான்!

“ஹலோ...”

அல் மஸ்யூனாவில் ரோடருகில் இருந்த ஃபோன் பூத்திலிருந்து நான் தீபனைக் கூப்பிட்டுக்கொண்டிருந்தேன்.

“ஹலோ... ஆர்க்கிடெக்ட் தீபனா?”

“யெஸ்... தீபன் ஹியர்... ஹூ இஸ் ஸ்பீக்கிங்?” - தீபனின் கராறான குரல்.

அவன் காரோட்டியபடி தன் அலுவலகத்துக்குச் சென்றுகொண்டிருந்தான் போலும். பத்து பன்னிரண்டு ஆண்டுகளாக நிலைத்த நீண்ட கால வெறுமையைக் கலைத்து முற்றிலும் உருமாறிவிட்ட என்னைப் பழைய முதிரைக்கல் வேணுவாக அவனுக்குள் இன்னொரு முறை வரைந்து உருவாக்க வேண்டியிருந்தது.

“ப்ளீஸ் ஹர்ரி பாஸ்...” என்று அவசரப்படுத்தினான். “நீங்கள் யாரென்று சொல்லுங்கள் ஐயாம் பிஸி...”

நான் யாரென்று அவனுக்கு விளக்கினேன்.

ஆச்சரியத்தாலோ என்னமோ தெரியவில்லை, சிறிது நேரம் அவன் ஒன்றுமே பேசவில்லை. புகார் கொடுத்து ஏழு வருஷமாகக் கண்டுபிடிக்க முடியாத ஒரு நபரை போலீஸ் டிப்பார்ட்மென்ட் இறந்தவராகவே கருதுவார்களாம். அப்படிப் பார்த்தால் நான் தீபன் மனத்தில் இரண்டு முறை இறந்திருக்க வேண்டும். இறந்தவர் திரும்பி வரும்போது யாராக இருந்தாலும் சற்று நேரம் பதறிப் போவார்களல்லவா.

“குடியிருப்பு என்ற பத்திரிகையில் உன்னைப் பற்றி ஒரு ஃபீச்சர் பார்த்தேன்,” என்றேன்.

இன்ஜினீயரிங் காலேஜ் வேலையெல்லாம் விட்டு அவன் இப்போது களிமண் வீடு கட்டும் ஆர்க்கிடெக்ட் என்று பெயர் பெற்றிருக்கிறான். காலேஜ் ஆசிரியரான மனைவி ஆறாவது படிக்கும் ஒரு மகள். சமீபக் காலத்தில் வாங்கிய இன்னோவா காரின் மீது சாய்ந்து நிற்கும் அவன் படமும் பத்திரிகையில் இருந்தது. எந்தக் குறையுமில்லை. சந்தோஷமாக இருக்கிறான்.

“உனக்கெத்தென குழந்தைங்க?” தீபன் கேட்டான்.

எனக்குச் சிரிப்புத்தான் வந்தது. என்ன பதில் சொல்ல! இங்கே வளைகுடா நாட்டுக்கு வந்த பிறகு ஞாபகம் வைக்குமளவு ஒரு பாலியல் எழுச்சியும் உண்டானதில்லை. ப்ளூ மூன் கம்பெனியில் முதலில் லேபரராகவும் இப்போது சூப்பர்வைசராகத் தாய் மொழியில் சொல்லப்போனால் மேஸ்திரியாகவும் வேலை பார்க்கிறேன். இரண்டு வருஷத்துக்கு ஒருமுறை ஒவ்வொரு

சகோதரியாகக் கல்யாணம் செய்து அனுப்பிவைப்பேன். அதற்காகவே ஓவர் டைம் வேலையும் செய்கிறேன்.

துபாய் வரை காரோட்டிச் சென்று டான்ஸ் பாரில் நடனமாடும் ஏதாவதொரு பெண்ணின் கைகளில் முத்தமிட வேண்டுமென்றும் மின் விளக்குகளால் அலங்காரம் செய்யப்பட்ட அல் அயன் மாளிகையின் முன்னால் புல்வெளியில் உட்கார்ந்து 'வர்த்' என்கிற லாகிரி கலந்த ஹூக்கா புகையின் நறுமணத்தை நுகர வேண்டுமென்றும்; ஒரு டெசர்ட் சஃபாரியில் லேன்ட் க்ருயிஸர் காரை பாலை மணல் மேடுகளில் ஓட்டி ஏறி இறங்க வேண்டும் என்றெல்லாம் எனக்கு ஆசைதான். ஆனால் நான் வெறும் குப்பூஸ் ரொட்டி சாப்பிடுகிறேன். யாராவது என் சுயசரிதையை எழுதச் சொன்னால் இங்கே 'பதுவினாக' (அரபு பழங்குடி) வாழ்ந்த நாள்களுக்கு நான் குப்பூஸ் என்று பெயர் சூட்டுவேன். சலிப்பு...தாங்க முடியாத ஓர் உணர்ச்சியின்மை, கடுமையான வெறுப்பு, யதார்த்த உணர்வுகளை மறைத்துக்கொண்டு வெளிப்பூச்சாகக் காட்டும் சிநேகம். மற்றவர்களுக்கு எதிராகச் சட்டென்று வீசி எறிய முடியாத ஆட்சேபத்தின் ஒரு துண்டு, தனிப்பட்ட வாசனையோ ருசியோ இல்லாமல் சும்மா சட்டென்று கடித்துத் தின்று விழுங்க வேண்டிய ஒரு நிர்ப்பந்தம்... இப்படி எல்லாவற்றுக்கும் நேராக சமம் அடையாளம் வரைந்து குப்பூஸ் என்றும் எழுதலாம். இதெல்லாம் நான் தீபனிடம் சொல்லவில்லை. ஒருத்தர் கஷ்டங்களை மற்றவர்களுடன் பங்கு போடக் கூடாதென்று நினைப்பவன் நான். ஆனால் சந்தோஷம் என்பது அப்படியல்ல. அது ஒரு பொதுவான சொத்து. விரும்பினவர்களுக்கு நாம் அதை சமமாகப் பங்கு போட வேண்டும். என்னைப் பொறுத்தவரை எனக்குச் சந்தோசம் என்பது தீபன்தான். அவனைத் தவிர்த்து எனக்கு எந்தவொரு நல்ல நினைவும் இல்லை.

ஊருக்குத் திரும்பிச் செல்லும் விஷயத்தையும் அவன் கவனத்துக்குக் கொண்டு வந்த பின் ஃபோன் பேச்சை முடித்தேன்.

தீபனின் மகளுக்கு நான் பரிசாக என்ன கொடுப்பது? அல்மஸ்யுனாவுக்கு ஒரு டாக்சியில் கிளம்பினேன். ஆடம்பரமாக ஒரு ஷாப்பிங் நடத்துமளவு பணம் என் கையிலில்லை. ஊருக்குப் போகும் டிக்கெட்டே பாகிஸ்தான் ஏர்வேஸ்

வழியாக ஆக்கியதே அதனால்தான். கராச்சி வழியாகச் சுற்றி வளைத்துத்தான் மும்பை போய் சேரும். மற்ற விமானங்களுடன் ஒப்பிடும்போது இந்த ஒன்று பன்றிக் கூண்டாக இருந்தாலும், இதில் பயணச் செலவு குறைவுதான்.

“குழந்தைக்கு என்ன உயரமிருக்கும்?” ரெடிமேட் கடையிலுள்ள சேல்ஸ் பெண் கேட்டாள். குவைத் தெருவில் பலமுறை அவளைப் பார்த்ததாக ஞாபகம்.

ஃப்ராக்கின் அளவைச் சரியாகச் சொல்ல முடியாமல் குழம்பினேன்.

“உங்க மகளுக்கா சார்?” என்று கேட்டாள்.

“ஆமா,” என்றுதான் எனக்குச் சொல்லத் தோன்றியது.

ஐந்தாவது வகுப்பு படிக்கும் குழந்தைக்குப் பத்தோ பதினொன்றோ வயதிருக்கலாம்.

“பதினொன்று வயசிருக்கும்,” என்றேன். தீபனைப் போலப் பத்திரமான, வசதியான சூழலில் என் வாழ்க்கையும் நகர்ந்திருந்தால் இந்த வயதில் ஒரு குழந்தை எனக்கும் வாய்த்திருக்கலாம். நிறைய பெண்பிள்ளைகளின் உடைகளை அந்த விற்பனைப் பெண் என் முன்னால் பரப்பி வைத்தாள். ஒரு ஊதா நிற ஃப்ராக்கையெடுத்து அதில் வரையப்பட்டிருந்த வெள்ளைப் பூக்களில் தன் விரலை ஓடவிட்டுச் சொன்னாள்: “இதுதான் பேபீஸ் ப்ரெத் - குழந்தையின் சுவாசம் - ஊதாவில் வெள்ளை, நல்லா, அழகா இருக்கும்.”

பேபீஸ் ப்ரெத் என்பது பூந்தோட்டங்களில் இப்போதெல்லாம் ஏராளமாகக் காணும் ஒரு வகை மலர்கள் என்றும் மெல்லிய புல்லைப் போன்ற அதன் இதழ்களில் காற்று வருடும்போது தாய்ப்பாலின் நறுமணம் பரவும் என்றும் கூறி அந்த உடையை என்னிடம் நீட்டினாள். அதை வாங்கிய போது தீபனின் மகள் ஒரு சின்னக் குழந்தையாக என் கையில் இருப்பது போல் எனக்குத் தோன்றிற்று. பால்மணம் கொண்ட அவளின் ஈரமான கன்னத்தில் என் முகத்தைக் கொண்டு சென்று முத்தமிட்டேன்.

“பேக் பண்ணிடுங்க,” என்றேன் பணிப் பெண்ணிடம்.

விமானத்தில் என்னுடன் ப்ளூ மூன் கம்பெனி தொழிலாளர்களான அமானுல்லா கானும் அப்ரோஸும்

இருந்தனர். சர்க்கரை வியாதிக்காரனான அமானுல்லா கானுக்கு அறுபது வயதிருக்கும். அவரின் கிழிந்த பாயும் தகரப் பெட்டியும் பாகிஸ்தானின் எளிய மக்களின் தரம் குறைந்த வாழ்வின் அடையாளங்களே. காய்ந்த ரொட்டியும் தயிரும் மட்டும் சாப்பிட்டு கூடுதல் நேரம் வேலை செய்து தன் லட்சியத்தை நிறைவேற்றினான். ஆஃப்கானிஸ்தான் சென்றவுடன் தன் மாமாவைக் கொன்ற பாவியைச் சுட்டுத்தள்ள வேண்டும். அதற்கப்பால் இப்போதைக்கு அவனுக்கு வேறு சிந்தனையில்லை. எனக்கும் இப்போதெல்லாம் இதில் பெரிய ஆச்சரியமொன்றும் தோன்றுவதில்லை. ஏதோவொரு விதமான உணர்ச்சியற்ற தன்மை. இத்தனை வருடங்களுக்குள் கெட்டியாகாத சிமென்ட் கட்டைகளைப் போல மனிதர்கள் கட்டடங்களின் மேலிருந்து கீழே விழுவதை நேரில் பார்த்தவன் நான். கடுமையான உஷ்ணத்தில் தாகத்தைத் தணிக்க ஐஸ் தண்ணீர் மடமடவென்று குடித்தபடி பல பேர் என் கண் முன்னாலேயே துவண்டு விழுந்து இறந்திருக்கின்றனர்.

மும்பையில் விமானமிறங்கியதும் முதலில் தீபனுக்கு டயல் செய்தேன். நாளை காலை ஊர் வந்து சேருவேன் என்று தெரிவித்தேன். அவன் பிஸியானவன். ஆனால் கூடுதலாக ஒன்றும் பேச முடியவில்லை. ஒரு ட்ராவல் ஏஜென்ட்டுடன் சென்று ஐம்பது ரூபாய்க்குக் குளியலும் பல் தேய்த்தலும் உணவும் முடித்துக்கொண்டேன். பேருந்து கிளம்பும் முன் பேபீஸ் ப்ரெத் என் பையிலேயே உள்ளதா என்று ஜிப்பை இழுத்துப் பார்த்துக் கொண்டேன்.

களிமண்ணால் உருவாக்கப்பட்ட ஓர் அழகான வீட்டைத்தான் ஆட்டோவில் வந்திறங்கும் போது எதிர்பார்த்தேன். ஆனால் தீபன் அவன் சொந்தக் குடியிருப்பு விஷயத்தில் பெரிய ஆராய்ச்சியோ பரிசோதனையோ செய்ய முற்பட்டதாகத் தெரியவில்லை. பாலீஷ் போட்ட செங்கற்களைச் சுவற்றில் ஒட்ட வைத்ததைத் தவிர்த்தால் சம்பிரதாயமான முறையில் அசத்தலான ஓர் இரண்டு மாடி வீடாகவே அது இருந்தது.

அழைப்பு மணியை அழுத்தினேன். உள்ளே எங்கேயோ ஒரு பியானோ ஓசை கேட்டது. கதவைச் சத்தமில்லாமல் லேசாகத் திறந்து ஒரு பெண்மணி தோன்றினாள். அவளின் உடல் அவள் அணிந்த ஆடையிலிருந்து வெடித்து வெளிவருமோ என்று

எனக்குப்பட்டது. மூக்கிலிருந்த கண்ணாடியை எடுத்து அதன் பழுப்பு நிற விளிம்பைத் துடைத்தவாறு கேட்டாள்: "என்ன?"

என்னைப் பற்றிச் சுமாரான ஒரு சித்திரம் தீபன் அவளிடம் தீட்டியிருப்பான் என்ற யூகத்தில் கொஞ்சம் சுதந்திரம் எடுத்துக் கொண்டு சிரித்தேன்.

"என் பெயர் வேணு... தீபன்?"

நான் சொல்லி முடிப்பதற்குள் கதவை உரக்கச் சாத்திக்கொண்டு அவள் உள்ளே போய்விட்டாள். என்னை அறிமுகம் செய்யும்போது முதிரைக்கல் என்ற என் வீட்டுப்பெயரையும் சேர்த்துச் சொல்லாததால்தானோ தீபனின் மனைவி இப்படி நடந்து கொண்டாள்? ஒருவேளை நூறுநூறு கவலைகளுக்கிடையில் அவனுக்கு என்னைப் பற்றி அவளிடம் சொல்ல நேரம் கிடைத்திருக்காது. என்னவானாலும் தீபன் உள்ளேதான் இருக்கிறான். நான் ஷூவிலிருந்து லேசைக் கழற்றி பாதங்களை விடுவித்து வராந்தாவிலுள்ள பிரம்பு நாற்காலியில் அமர்ந்தேன். டீப்பாயின் மீது நிறைய செய்தித்தாள்களும் வாரப் பத்திரிகைகளும் இருந்தன. அவர்களின் பூந்தோட்டத்திலிருந்து வந்த காற்றில் ஒரு பேப்பர் கீழே விழுந்தபோது அதையெடுத்து டீப்பாயில் வைத்தேன். அப்போது செல்ஃபோனில் பேசியபடி தீபன் வெளியே வந்தான். எழுந்து நின்றேன். அப்போது அவன் தன் சிறுவிரலை உயர்த்தி மேல் உதட்டின் ஓரத்தைக் கோணலாக்கி 'ஒரு செக்கன்ட்' என்று ஜாடை காட்டினான்.

ஃபோன் பேச்சு முடிந்தவுடன் ஆர்வத்தோடு வந்து இதமான ஓர் அரவணைப்பில் என்னை இறுக்குவானென்றும் எங்களின் குதூகலச் சத்தங்கள் கேட்டு அவன் மனைவி, "அய்யய்யோ நான் இந்த நபருக்கு நேராகவல்லவா கதவையடைத்தேன்" என்று கவலைப்படுவாளென்றும் எதிர்பார்த்தேன்.

ஆனால் செல்ஃபோனைக் கட் பண்ணி உடனே ஒரு சிகரட்டைத் தன் உதட்டில் பொருத்தி தீபன் கேட்டான்: "வேணுதானே."

"ஆமா..."

"நாம நேரிலெ பாத்து இப்போ பதிமூணு வர்ஷமாகியிருக்குமில்லெ?"

"ஆமா..."

"எப்பப் பாத்தாலும் இப்படி நூறுநூறு ஃபோன்காலும் பயணமும்தான். ஃபுல் டைம் என்கெஜ்டு. வர்ஷங்கள் போறது தெரியவேயில்லெ. குடிக்க டீ?"

நான் தலையசைத்தேன். அவன் உள்ளே போனான்.

கடுமையான ஒரு தனிமை உணர்ச்சி என்னை வந்து விழுங்கிற்று. தீபன் ட்ரேயிலிருந்த டீ கோப்பையை சாசரின் மீது வைத்து என்னிடம் நீட்டினான். செல்ஃபோன் மீண்டும் ஒலித்தது. ஹலோ என்று சிரித்துக்கொண்டு அவன் முற்றத்துக்குப் படியிறங்கினான். அப்பாடா... இவனுக்குச் சிரிக்கக் கூடத் தெரியுமென்று நினைத்துக்கொண்டேன்.

தேநீரில் கலந்திருந்த மசாலாப் பொருட்களின் வாசனை என்னை மீண்டும் பாலைவனத்துக்கு இட்டுச் சென்றது. அரபு நாட்டவர் இப்படிப்பட்ட நறுமணமுள்ள பானங்களை விரும்புபவர்கள். இப்போது நான் ஏதோ ஒரு மணல் கிராமத்தில் தாகத்துடன் நிற்கின்றேன். நட்பின் மிச்சமிருந்த ஈரத்தையும் கவர்ந்து செல்லும் விதம் என் மீது பயங்கரமான ஒரு மணற்காற்று சிறகு விரித்து வருகிறது. தீபன் திரும்பி வந்து எனக்கு நேர் எதிராகப் பிரம்பு நாற்காலியில் அமர்ந்தான். என் பையிலிருந்த அன்பளிப்பு பொட்டலத்தை நினைத்துக்கொண்டு கேட்டேன்:

"உன் மகள் எங்கே?"

அதற்கு பதில் என்பது போல ஒரு இன்னோவா கார் ஓடி வந்து போர்ச்சில் நின்றது. அதன் கதவைத் திறந்து சுறுசுறுப்புடன் ஒரு சிறுமி இறங்கி வந்தாள்.

"என் மக வந்திட்டா," என்றான் தீபன்.

"பப்பா..." என்றழைத்து வராந்தாவுக்கு ஏறி வந்ததும் நான் அவளைப் பற்றிக்கொண்டு பக்கத்தில் நிறுத்தினேன். அந்தப் பெரிய விரிந்த கண்களுக்குள் வாஞ்சையுடன் நோக்கினேன்.

"உன் பேரு என்ன, சொல்லும்மா..."

"ஐ யாம் நீத்து..." கூர்மையான பதில்.

"இந்த அங்கிளை உனக்குத் தெரியுமா?"

தன் தோள்களை வெடுக்கென்று வெட்டி செயற்கையான ஓர் ஆச்சரியத்தை முகத்தில் வரவழைத்தபடி சொன்னாள்: “இட் இஸ் பர்ஸ்ட் டைம் தாட் வீ ஆர் மீட்டிங். தென் ஹௌ கேன் ஐ நோ யூ?”

நீது அவள் பப்பாவைப் பார்த்துக் கண் சிமிட்டினாள்.

எனது சங்கடமான நிலைமை தீபனுக்கு ரசிக்கும் படியிருந்தது. தன் மகளிடம் சொன்னான்:

“கண்ணு, ஹி இஸ் மை ஓல்டு ப்ரெண்டு... வேணு.”

திடீரென நான் கிழவனாகிவிட்டது போலத் தோன்றியது எனக்கு.

“ஹலோ...” நீது கையை நீட்டினாள். நான் அவள் கையைப் பிடித்து அவளை என் மடியில் அமர வைத்தேன். பேபீஸ் ப்ரெத்தின் இதழ்கள் போல மிருதுவான கன்னங்கள். தாய்ப்பாலின் மணம். ஒரு விருந்தாளியின் தயக்கங்களிலிருந்து விடுபட்டு நான் மெதுவாக ஒரு தந்தையாக மாறினேன். அவளை வாரியெடுத்து நெஞ்சோடு சேர்த்து வைத்து கன்னத்தில் ஒரு முத்தம் கொடுத்தேன். சட்டென்று என் பிடியிலிருந்து விடுபட்டு அவள், “நோ.. அங்கிள்... விடுங்க. நௌ ஐ யாம் இன் சிக்ஸ்த் ஸ்டேண்டர்டு,” என்று கூறி தன்னை விடுவித்து எழுந்தாள். என்னைக் கடுமையாக ஒரு பார்வை பார்த்துவிட்டு வீட்டுக்குள் சென்றுவிட்டாள். என் பதட்டத்தைப் பார்த்து தீபன் உரக்கச் சிரித்தான்.

“தன்னைப் பாதுகாத்துக் கொள்ள அவளுக்குத் தெரியும், பா. ரெண்டு வயசு குழந்தையெக் கூட சும்மா விடாத நாடு இது. பதினஞ்சு வருஷம் போல பாலைவனத்துலெ கிடந்த உனக்கு இதெல்லாம் புரியாது. நம்ம நாட்டு செக்ஷுவாலிட்டியெல்லாம் எங்கே வந்து நிக்குதுன்னு நினைக்கிறே... நம்ம நாடு ரொம்பவே முன்னேறிடுச்சுடா, டோய்...”

அப்போதுதான் நீதுவின் உடம்பைப் பற்றி உணரத் தொடங்கினேன். அவளொரு குழந்தையல்ல என்று எனக்குப் புரிந்தது. அவளது சின்னஞ்சிறு மார்பகங்களின் வெம்மையும் சருமத்தின் பொலிவும் அழகும் என்னை மூச்சு முட்டச் செய்தது. திடீரென மனதுக்குள் எங்கிருந்தோ நிர்வாணமான லோதரின் உருவம் கடந்து வந்தது. இப்போது

கூக்குரல் ஆரவாரங்களுக்கிடையில் ஒரு பாம்பினைப் போல் துடித்துக்கொண்டிருந்தது நானேதான். அந்த மக்கள் கூட்டம் ஓங்கி மொத்தமாகக் கூவியது:

"இவன் கையாலாகாதவன்!"

தீபனின் வீட்டு கேட்டைக் கடந்ததும் நீதுவுக்காகக் கொண்டு வந்த அன்பளிப்பைப் பையிலிருந்து வெளியே எடுத்தேன்...

குவைத்திலிருந்து வாங்கும்போது தாய்ப்பாலின் மணமிருந்த பேபீஸ் ப்ரெத். ஒரு சவப்பெட்டியின் மேல் வைத்திருந்து வாடிப்போன பூங்கொத்தினைப் போல அந்தச் சிறு உடையை நான் வெளியே தூக்கிப் போட்டேன். இந்த உடை இனி ஒரு குழந்தைக்கும் பொருத்தமாகா.

❈❈❈

பிரியாணி

கோபால் யாதவ், கதிரேசனுடன் சேர்க்களை யிலிருந்து இப்போதுதான் பஸ் ஏறினார். கூடவே மூன்று வங்காளிப் பையன்களும் இருந்தனர். எப்படித் தலைதெறிக்க ஓட்டினாலும் பஸ் பொய்னாச்சிக்கு வந்து சேர குறைந்தது பத்தோ இருபதோ நிமிடமாகும்.

அதுவரையில் நாம் கலந்தன் ஹாஜியாரைப் பற்றிப் பேசுவோமே.

முன்னொரு காலம் எங்கள் ஊர் தளங்கரையிலிருந்து கடல் கடந்து துபாய் வரை மரக்கப்பல் ஓட்டிச் சென்றவர் அவர். போன ஜனவரி மாதம் அவருக்கு வயசு எண்பத்தியாராகியது. உயிரோடிருந்த நான்கு மனைவிகளில் குஞ்சு பீவியை மறந்துவிட்டார் என்பதைத் தவிர அவரின் ஞாபக சக்திக்குப் பெரிய பாதிப்பு எதுவுமில்லை எனலாம். கலந்தன் ஹாஜியாருக்கு நாலல்ல நாற்பது மனைவிகளைப் பராமரிக்கக் கூடிய செல்வச்செழிப்பிருக்கிறதென்று ஊர்க்காரர்களுக்குத் தெரியும்.

அவருக்கு ஆமினாவில் பிறந்த மகள் ருக்கியா. ருக்கியாவின் மகன் ரிஸ்வான் அமெரிக்காவில் ஹார்ட் சர்ஜனாக இருக்கிறான். அவனுடைய நிக்கா போன வாரம் பெங்களூரில் விமரிசையாக நடந்தது.

ஒரு விருந்தாவது படைத்து ஊர்க்காரர்களுக்கு பிரியாணி பரிமாற வேண்டுமென்று அவனது பெரிய வாப்பாவுக்கு (தாத்தாவுக்கு) ஓர் ஆசை. வயது வேறு எண்பத்தியாறு ஆகிவிட்டதல்லவா. இனி அந்த ஆசை நிறைவேறாமலேயே அவர் மௌத் ஆகிவிட்டால் பிறகு அது எந்நாளும் மனதில் ஒரு நெருடலான பேஜாராகக் கிடக்குமே என்று அவன் உம்மா சொன்னாள். ரிஸ்வானும் இதற்கு ஒத்துக்கொண்டான். இன்று மாலை மணி ஆறுக்கும் ஒம்பதுக்கும் இடையேதான் ரிசப்ஷன்.

இதோ, இங்கே தெரிவதுதான் கலந்தன் ஹாஜியாரின் வீடு, வீடல்ல, மாடமாளிகை.

தற்காலிகமாக அமைக்கப்பட்ட பந்தலின் முக்கியமான நுழைவாயிலிலிருந்து வீடு வந்து சேர வெகுதூரம் நடக்க வேண்டும். நாலாயிரம் பேருக்குமேல் பங்குகொள்ளும் விருந்து இது. வெள்ளைத் துணியால் போர்த்தப்பட்ட மேஜைகளும் நாற்காலிகளும் தாராளமாக ஏற்பாடு செய்யப்பட்டன.

வெளிநாட்டிலிருந்து வரவழைத்த பிரத்யேகமான பூக்களால் அலங்கரிக்கப்பட்ட மேடை. விருந்து முடிந்த பின்பும் அந்த மேடையைப் பற்றி ரொம்ப நாளைக்கு ஊர்க்காரர்கள் பேசிக்கொள்வார்கள் என்று வாய்கிழிய வம்பளந்து திரிந்து கொண்டிருந்தார் அசைனார்பாய். ஹாஜியாரின் விசுவாசமான ஆளும் நிலபுலன் வியாபாரத்தில் முக்கியமான பங்குதாரருமான அவர் மேலும் கீழும் நடந்துகொண்டிருந்தார்.

இடையில் ஏதோ ஞாபகம் வந்தது போலத் தன் செல்ஃபோனை எடுத்து ராமச்சந்திரனின் நம்பரை டயல் செய்தார். பொய்னாச்சி என்ற அந்த ஊரின் முக்கியமான வியாபாரி ராமச்சந்திரன்.

ஸ்டேஷனரி பொருட்கள், செய்தித்தாள், வார இதழ்கள், சர்பத், சிகரெட், வெற்றிலைப் பாக்கு என சகல விதமான பொருட்களும் கிடைக்கும் கடை அது. தேசிய நெடுஞ்சாலையில் சுமாரான ஜன நெரிசல் உள்ள அந்தக் கூட்டுரோட்டில் வந்து சேரும் எல்லோருக்கும் ராமச்சந்திரனைத் தெரியும்.

மாத சீட்டுப் பணம், வீட்டுக்குத் திரும்புகையில் மறக்கக் கூடாத டார்ச் லைட், தபால் கவர்கள், எங்கே போகிறோம் எப்போது வருவோம் என ஒருவேளை மனைவிமார்களிடம் கூடச் சொல்லி வைக்க முடியாத ரகசியங்கள், அப்படிப்பட்ட தகவல்கள்

பல திசைகளிலும் கிளைகளாய்த் திருப்ப நிலைகொள்ளும் டவர்தான் ராமச்சந்திரன். அவருக்கு அசைனாரின் ஃபோன் தகவல் வந்ததும் சரியான நேரத்தில் சுக்ரியா பஸ் பொய்னாச்சி ஜங்ஷனுக்கு வந்து நின்றது.

அதிலிருந்து முதலில் கதிரேசனும் பிறகு வங்காளிகளும் கடைசியாக கோபால் யாதவும் கீழே இறங்கினர்.

வங்காளி வேலைக்காரர்கள் மூவரும் ரோட்டைக் கடந்து வந்து 'நமஷ்கார்' சொன்னதும் 'தூஃபான்' லாகிரி சேர்த்து நன்றாக மசிய வைத்த 'மாவா'வின் மூன்று முடிச்சுகளை எடுத்து ராமச்சந்திரன் அவர்களிடம் காட்டினார்.

அதிலிருந்து வழக்கம்போல ஒரு இம்மியளவு விரலிலெடுத்து அவர்கள் வாயில் வைத்துக்கொண்டனர் விரல் நுனியைப் பிறகு அவர்கள் ஜீன்ஸில் துடைத்தனர். அதற்குள் பிக்கப் வேனில் வந்த ஒரு தடியன் அவர்களைக் கூட்டிக்கொண்டு வேறொரு சிற்றூர் பக்கம் சென்றுவிட்டான்.

சற்று நேரம் சென்றதும் ப்ளம்பிங் வேலை இருக்கிறதென்று ராத்திரி ஃபோனில் சொல்லியிருந்த தோமாச்சனின் ஜீப் வந்து கதிரேசனின் முன்னால் நின்று ஒலியெழுப்பியது. அவனும் போன பின்பு கோபால் யாதவ் முற்றிலும் தனியாக விடப்பட்டார். அவரின் முதுகில் விழுந்திருந்த இளம் வெயில் வெளிச்சம் பெரிதாகிக் கொண்டிருந்தது.

சென்ற இரண்டு வருஷங்களாகப் பக்கத்து ஊரில் கதிரேசனின் மைத்துனனான அண்ணாமலையுடன் அவர் வேலை செய்தார். அங்கே வேலை வாய்ப்பெல்லாம் குறைந்து வந்ததும் வெளிவேலை தவிர வேறொன்றுமறியாத கோபால் யாதவுக்குத் தாக்குப் பிடிக்க முடியவில்லை. அப்படி வெறுமனே தலையைச் சொறிந்துகொண்டு நேரத்தை ஓட்டிக்கொண்டிருந்த போதுதான் அண்ணாமலை கதிரேசனைப் பற்றிச் சொன்னான்.

அவரும் நேராகச் சேர்க்களைக்கு வந்துவிட்டார். காஞ்சங்காடு நோக்கிச் செல்லும்போது வித்யா நகர் விட்டால் அடுத்த படியாகச் சுமாரான டௌன் இது. அதனாலேயே முன்னர் தங்கிய ஊரில் நடந்தது போல வேலையில்லாமல் ஈயோட்டத் தேவையிருக்காதென்று கதிரேசனும் உறுதியளித்தான். தற்போது கதிரேசனின் ஒற்றையறை வீட்டின் பின்னால் கூரையைச்

சாய்த்துக் கட்டி அங்கு போட்டிருந்த பெஞ்சில்தான் படுக்கை. மழைக் காலம் வரும் முன் அங்கிருந்து மாறி வேறெங்காவது குடியேற வேண்டும். வாடகை அறைகளுக்கு ஐயாயிரம் ரூபாய் வரை அட்வான்ஸ் கேட்கிறார்கள்.

யாரவது வரும் வரை ஒரு மீட்டா பான் வாங்கி மெல்லுவது என முடிவு செய்து கடைக்குச் சென்றபோது ராமச்சந்திரன் கேட்டார்:

"இதர் நயா ஹே தும்? (நீ இங்கே புதுசா?)

"ஹா... பாய்..."

வெற்றிலையின் நரம்பைக் கிள்ளியெடுக்கையில் ராமச்சந்திரன் கேட்டார்:

"கிதர் கா ஹெ தும்?" (எந்த ஊர்?)

"பீஹார்."

"ஓ... ஆப்னா லாலுஜி கா தேஷ்யேனா?" (நீங்க லாலுவின் ஊரா?)

கோபால் யாதவ் சிரித்தார். அப்போது அவரின் தாடையிலுள்ள பற்களில் முக்கியமானவை மூன்று விழுந்துவிட்டிருந்ததை ராமச்சந்திரன் கவனித்தார்.

"தும் கித்னா சால் ஹோகயா இதர்?" (நீ இங்க வந்து எத்தனை வருஷமாச்சு?)

"சாத் (ஏழு)," என்று சொன்னவாறு கோபால் மீட்டா பானை எடுத்து வாயில் போட்டார்.

"அபி தும் மலையாளம் சீக்கா?" (இப்போ நீ மலையாளம் கத்துக்கிட்டெயா?)

அவர் வெற்றிலையை மென்று அதன் சாற்றை உறிஞ்சியவாறு 'கத்துக்கிட்டேன்' என்று தலையசைத்தார்.

"ஒரு வேலை தர்றேன்... செய்வியா...?"

"செய்கிறேன்," என்ற அர்த்தத்தில் மீண்டும் தலையாட்டினார்.

சுண்ணாம்புக் கறை படிந்த விரலைத் துணியில் துடைத்துவிட்டு ராமசந்திரன் செல்ஃபோனை எடுத்து அசைனாரைக் கூப்பிட்டு விஷயத்தைச் சொன்னார்.

அவசரமாக கலந்தன் ஹாஜியாரின் வீட்டுக்கு ஒரு வேலையாள் தேவை என்று முன்னர் பஸ் வந்து நின்றபோதுதான் ஃபோனில் அசைனார் கேட்டிருந்தார்.

அரைமணி நேரத்துக்குள் அசைனாரின் ஃபார்ச்சூனர் கார் வந்து சேர்ந்தது. வண்டியிலிருந்து அவர் இறங்கினார்.

வழக்கமாகச் செய்வது போல டவுசர் பையில் கையை விட்டுத் தொடைக்கும் விரைக்கும் இடையில் சொறிந்து கொண்டு அசைனார் ராமச்சந்திரனின் கடைக்கு வந்தார். ராமச்சந்திரன் ஏற்பாடு செய்த தொழிலாளி இதோ தன்னைப் பார்த்து பவ்வியமாகத் தொழுத கையுடன் நிற்கும் இந்த மத்திய வயதுக்காரன்தான் என்று ஒரே பார்வையில் புரிந்துகொண்டார்.

“இருநூத்தம்பது ரூபா தரேன். ரெடியா?” கோபால் யாதவின் முகத்தைக் கூடப் பார்க்காமலேயே அசைனார் கேட்டார்.

“சாப்... முன்னூத்தம்பது கொடுங்க சாப்...”

“அடேய், மலையாளிக்கு 600, தமிழனுக்கு 500, வங்காளிக்கு 350, பீஹாரிக்கு 250. அதுதான் இங்கே ரேட்டு, இன்னிக்கு ஒரு நாலு மணி நேர வேலெதான். மணி நேரத்துக்கு அம்பது ரூபா கணக்கு. அதுக்கு மேலெ தர நம்மாலெ முடியாது. உன்னாலெ முடியுமா இல்லையா... அதெச் சொல்லு...”

அசைனார் ஒரு வில்ஸ் சிகரெட் எடுத்து பற்ற வைத்தார்.

அப்போது ராமச்சந்திரன் கேட்டார், “அது இருக்கட்டும்... என்ன அசைனார் பாய்... ஹாஜியாரோடது பயங்கர விருந்து ஏற்பாடுன்னு கேள்விப்பட்டேன். பிரியாணி பண்ண ஹைதராபாத்திலேருந்தும் அபுதாபிலேருந்தும் எல்லாம் ஆளைக் கொண்டாந்திருக்காராம்லெ?”

“வெறும் பிரியாணி மட்டுமில்லெ, தம்பி. குழிமந்தி வரை பலவகை பண்றாங்க. இது, இங்கேயுள்ள லோக்கல் கிறிஸ்தவ முதலாளிங்க கல்யாணத்துக்குப் போடற ஏனோ தானோ பிரியாணியில்லெ.. ஃபஸ்ட் க்ளாஸ் பாஸ்மதி அரிசிலெ

பண்ணினது. பஞ்சாபிலேர்ந்து ஒரு லோடு அப்படியே இறக்கியாச்சு."

"ஒரு லோடா?"ராமச்சந்திரனால் நம்ப முடியவில்லை.

"நேத்து சாயந்தரம் லாரி வந்து ஹாஜியார் வீட்டு வாசல்லெ நின்னப்போ... ராமச்சந்திரா... நீ சொன்னா நம்பமாட்ட... முல்லெப்பூ பூத்தாப்பொல இன்னும் ஊரு பூரா ஒரே வாசனெ. அந்த வாசனெ இன்னும் என் மூக்கிலேயிருந்து போகலெ. அது தான் பாஸ்மதி."

நூறு ரூபாய் கூடுதலாகக் கூலி வேண்டுமென்று கேட்டிருந்தாரென்றாலும் திரும்பிப் போகையில் அசைனார் பாயின் ஃபார்ச்சூனரின் பின் சீட்டில் கோபால் யாதவும் உட்கார்ந்திருந்தார்.

பள்ளிக்கரை ரோட்டுக்கு வண்டி திரும்பியதும் பாய் அவரிடம் கேட்டார்:

"ஏய்.. கோபால், நீ பீஹாரில் எந்த ஊரு?"

"லால் மாத்தியா..."

"அங்கே என்ன வேலெ பாத்தெ?"

"நிலக்கரி வேலெ."

கோபால் யாதவ் லால் மாத்தியாவிலுள்ள ராஜ்மஹல் நிலக்கரி சுரங்கத்தைப் பற்றிப் பேசத் தொடங்கினார். நிலக்கரி சுரங்கத்தில் வெட்டி முடிந்தபின் கம்பெனி வேறு இடத்துக்குச் செல்லும்போது பழைய இடத்தில் இரண்டாம் ரகமான கரி ஏராளமாக மீதமிருக்கும். சட்டப்படி தப்பென்றாலும் அதைப் பொருட்படுத்தாமல் மக்கள் அந்தக் கரியை வாரியெடுக்க வருவார்கள். அதிலும் பெரும்பாலும் பெண்கள்தான். அங்குதான் கோபால் தன் வருங்கால மனைவியான மாதங்கியை முதலில் சந்தித்தார்.

லால் மாத்தியாயிலிருந்து இருநூற்றியம்பது கிலோ நிலக்கரியை சைக்கிளில் வைத்து கொத்தா வரை நாற்பது கிலோமீட்டர் தூரம் தள்ளிக் கொண்டு செல்ல வேண்டும். சில நேரத்தில் அந்தப் பயணம் இன்னும் இருபது கிலோமீட்டர் கூடுதலாகிவிடும். பாங்கா வரை.

ஒரு நாளைக்குப் பத்து ரூபாய் கிடைக்கும்.

"அடக் கடவுளே! பத்து ரூபாவா?" என்று கூறி தலையில் கைவைத்தார் அசைனார்.

"நூத்தியம்பது கிடைக்கும்," என்றார் யாதவ். பின்னர் தொடர்ந்து, "அதிலிருந்து போலீஸ்காரனுக்கு மாமூலும் ரவுடிப் பணமும் போக, சைக்கிள் ட்யூப் மாத்தறது, பால் பேரிங் வேலெ, அப்படி இப்படின்னு எல்லாம் போக கையிலெ பாக்கி பத்து ரூபாதான் இருக்கும் சாப்."

"அப்படியுமா நீ என்கிட்டெ நூறு ரூபா கூடுதலா வேணும்னு சொன்னெ?"

பாய் தலையைத் திருப்பி கோபால் யாதவைக் கோபமாகப் பார்த்தார்.

"அடக்கழுதெ, நீ ஊரு விட்டு வந்து எத்தனை வருஷமாவது?"

"பந்த்ரா ஸால்."

"பதினஞ்சு வருஷம்... அன்னிக்குப் பத்து ரூபான்னா இன்னிக்கு நூறாயிருக்கும். இங்கெ நம்ம ஊர்லெ இருநூத்தம்பது பேசினப்போ அவனுக்கு அது போதலையாம். இதெப்படியிருக்கு?"

கார் ஓட்டுகையில் அசைனார் பாய் தனக்குத்தானே சொல்லிப் புலம்பிக்கொண்டிருந்தார். தன் கஷ்டங்களை இந்த ஆளிடம் சொல்லியிருக்க வேண்டாமென்று தோன்றியது கோபால் யாதவுக்கு.

கொத்தாயிலிருந்து நடுராத்திரியில் சைக்கிள் உருட்டி வீடு வந்து சேரும்போது தன்னை எதிர்பார்த்து பசியால் துடித்துக் கடைசியில் மண்ணை வாரித் தின்று தூங்கும் அவரைக் கொடியைவிட மெலிந்த கழுத்தும் வீங்கிய வயிறும் கொண்ட மகள் ஒருத்தி அசைனார் பாய்க்கு இல்லையே. நாம் யாரிடமாவது நம் கவலைகளை எடுத்துச் சொல்லும்போது அதைச் செவி கொள்ளும் நபர் அதே அளவுக்கு இல்லையென்றாலும் கொஞ்சமாவது அது போன்ற கஷ்டங்களை அனுபவித்திருக்க வேண்டும். அப்படிப்பட்டவரல்ல எனின் அவர்களிடம் சொல்லக் கூடாது. சொன்னால் நாமே ஒரு குற்றவாளியாகவோ கோமாளியாகவோ மாறிவிடுவோம்.

இதெல்லாம் எப்போதோ தெரிந்து வைத்த விஷயங்கள். மாமூலைத் தன்னிடமிருந்து வசூல் பண்ணுகையில் எத்தனை முறை போலீஸாரின் கால்களில் விழவேண்டியிருந்தது. அவர்கள் தங்கள் காலைச் சுற்றிய பாம்பினைப் போல உதறி அகற்றியதல்லாமல் வசூலில் எந்தச் சலுகையும் தந்ததில்லை.

ஊர்தி அதற்குள் கலந்தன் ஹாஜியாரின் வீட்டுக்கு முன்னால் வந்து சேர்ந்து, பாஸ்மதி அரிசியின் நறுமணம் காற்றில் கலந்திருந்தது. லால் மாத்தியாவில் ஷூக்கூரின் கடையில்தான் மாதங்கி முதல் முதலாக கோபால் யாதவுக்கு இந்த அரிசியைக் காண்பித்தாள். அப்போது அவளுக்கு ஆறு மாசம் கர்ப்பம். சாக்குப் பையிலிருந்து ஒரு கையளவு அரிசியெடுத்து மூக்கின் கீழே கொண்டு வந்தபோது அதன் நறுமணத்தை உள்வாங்க அவள் கண்கள் மெதுவாகச் செருகின.

தங்களைப் போன்றவர்களால் அதைக் காசு கொடுத்து வாங்கிச் சாப்பிட முடியாதென்று அவளுக்குத் தெரியும். இருந்தும் யாதவ் அவளுக்கு ஏமாற்றம் அளிக்கவில்லை.

ஐம்பது கிராம் அரிசியை எடை போட்டுத் தருமாறு ஷூக்கூரிடம் சொன்னான்.

திரும்பி வீடு வந்து சேரும்வரை அவள் அதை வாயில் போட்டு மென்றுகொண்டிருந்தாள்.

அரிசிமாவு பசும்பாலைப் போல அவள் வாயோரம் வழிந்து வந்தபோது அதைத் துடைக்கவிடாமல் கோபால் அவள் கண்களையே பார்த்துக்கொண்டிருந்தார், ஒரு கன்றுக்குட்டியைப் பார்ப்பது போல்.

கோபால் யாதவின் முதுகில் யாரோ தொட்டார்கள். திரும்பிப் பார்த்தபோது ஓர் இளைஞன். சுமார் இருபது வயசு இருக்கலாம். அவன் தன் முன் வந்து நின்றபோது ஒரு அத்தரின் பாட்டிலே உடைந்தது போல வாசனை சூழ்ந்தது.

“அரே பாய், தும் மேரா சாத் ஆவோ,” (என் கூட வா) என்று சொல்லி தன் கையிலிருந்த பிக்காசயும் மண்வெட்டியும் கோபாலிடம் கொடுத்தான். பிறகு அங்கு நின்றிருந்த காரின் கண்ணாடி ஜன்னலில் தலையில் மேலாக சீவி வைத்த தன் குச்சி போன்ற முடியைப் பார்த்து அதில் திருப்தியடைந்தவன் போலத் தனக்குத்தானே சிரித்துக்கொண்டான். கலந்தன் ஹாஜியாரின்

மூன்றாவது மனைவி பாத்திமாவுக்குப் பிறந்த தாஹாவின் மகனான சினான் அது. யாதவிடம் சொல்லிவிட்டு அவன் முன்னால் நடக்கலானான். அந்த இடம் பூராவும் மோட்டார் வாகனங்களை பார்க் செய்வதற்காக வெட்டி, செதுக்கி சமன்படுத்தி வைத்திருந்தார்கள். சற்று தூரம் சென்றபோது தென்னந்தோப்பில் பச்சைப் புற்கள் அடர்த்தியாக இருந்த ஓரிடத்தைப் பார்த்து அவன் சொன்னான்,

"இங்கெ போதும். இங்கே குழிதோண்டு, பாய்."

அப்போதுதான் கோபால் யாதவுக்குத் தன்னை அழைத்து வந்தது ஒரு பெரிய குழியைத் தோண்டுவதற்குத்தான் என்று புரிந்தது.

"எத்தனை ஆழம் வேணும்?"

"பாய், உன்னோட அளவுக்கு ஆழம் போதும்." சினான் அவனின் எண்ணற்ற காதலிகளில் ஒருத்திக்கு ஒரு வாட்ஸப் தகவல் அனுப்பவதற்கிடையில் கூறினான்.

"அகலம் எவ்வளவு?"

"பாயியோட அகலம் போதும்."

கோபால் யாதவ் பிக்காசி முனையால் மண்ணில் வெறுமனே ஒரு கோடு வரைந்தார்.

கோடைக்காலம் ஆரம்பித்திருந்தாலும் வெய்யிலை மண்ணின் மீது படாமல் தடுத்த தென்னை மரங்களுக்கு நன்றி சொன்னார். மண்ணின் தன்மையைப் பார்த்ததும் ஒராள் உயரமும் அகலமும் கொண்ட குழியை சாயும் காலத்துக்குள் வெட்டி முடித்துவிடலாம் என்று தெரிந்துகொண்டார். பிறகு வேலையை ஆரம்பிக்கவே தன்னைப் பற்றிச் சிற்சில விஷயங்களைக் கேட்டுத் தெரிந்து கொண்ட இளைஞன் கூகிளில் ஏறி நேராக லால் மாத்தியாவுக்குச் சென்றது கோபாலுக்குத் தெரியவில்லை.

"பீஹாரில் லால் மாத்தியான்னு ஒரு இடமே இல்லையே பாய்," என்றான் அவன்.

மண்ணில் குத்தி நுழைத்த பிக்காசி வெளியே எடுக்காமல் கோபால் சினானைப் பார்த்தார்.

"லால் மாத்தியா பீஹாரில்தான். யே மேரா காவ் ஹே. (அது என்னோட ஊரு.)"

"தும் ஜோக் மத் போலோ. அது ஜார்க்கண்ட்லே, பாய். இதோ பாரு."

இறந்து போன ஒருவரின் முகத்திலுள்ள வெள்ளைத் துணியை நகர்த்துவது போல மொபைல் ஸ்க்ரீனை நீக்கி சினான், பீஹாரிலிருந்து ஜார்க்கண்டில் போய் மாட்டிக்கொண்ட லால் மாத்தியாவைக் கோபாலுக்குக் காண்பித்தான். தன்னைப் போலவே தன் ஊரும் பீஹாரை விட்டு வெளியேறிவிட்டது போலும். அவர் தீர்க்கமாகத்தான் மூச்சை உள்ளே இழுத்துப் பிறகு மெதுவாக வெளியேற்றினார். தன் அன்புக்குப் பாத்திரமானவர்கள் இறக்கும் போது அவர் பொதுவாக அப்படித்தான் பெருமூச்சு விடுவார்.

கோபால் யாதவ் மண்ணில் மாட்டிகிடக்கும் பிக்காசியை வெளியே எடுத்தபோது கழன்று வந்த ஈரமான மண்ணாங்கட்டியில் பீஹார் உள்ளதாக நினைத்துக்கொண்டார். அவர் கண்கள் ஈரமாயின கோபமாக பிக்காசியின் கைப்பிடியால் மண்ணாங்கட்டியை ஓங்கியிடித்தார். அது ஒரு தலையோடு போல இடண்டாகப் பிளந்தது ஒன்று பீஹாரும் மற்றொன்று ஜார்க்கண்டும்.

"இதில் நான் எங்கே?" என்று தனக்குத்தானே கேட்டுக்கொண்டார்.

பிறகு அவர் ஞாபகம் எங்கோ சென்றுவிட்டது. அவர்கள் வரிசையாகப் பயணம் செய்துகொண்டிருக்கிறார்கள் - யாதவர்கள், கொயேறிகள், சந்தால்கள்...

பெடல் அவிழ்த்துவிட்ட ஒவ்வொரு சைக்கிளின் குறுக்குக் கம்பியிலும் இருநூற்றைம்பது கிலோ நிலக்கரி இருந்தது. கரடு முரடான மலைப்பாதையில் அவர்கள் ஒரு ஏற்றமுள்ள வழியில் போய்க் கொண்டிருக்கிறார்கள். மூச்சிரைக்கிறது.

வாயு வந்து நிறைந்த நுரையீரல் விலா எலும்புகளை உடைத்து வெளியே வந்துவிடுமோ என்று கூட கோபாலுக்குத் தோன்றியது. வேகவைத்த காய்கறி சேர்த்த சிறிது சாதம் தவிர காலையிலிருந்து வேறென்றும் சாப்பிடவில்லை தலை சுற்றுவது போலிருந்தது.

முன்னால் நடந்த மனிதர் சற்று நடுங்கினார்.

"என்னாச்சு?" என்று கேட்பதற்குள் கட்டவிழ்ந்து விழுந்த நிலக்கரியுடன் அவர் செங்குத்தான மலையின் சரிவில் சறுக்கிக் கீழே போய்ச் சேர்ந்தார். இப்போது சுற்றிலும் ஒரே இருட்டு. நேரம் எவ்வளவாயிருக்கும்? குழியின் ஆழமும் அகலமும் பார்த்த போது கோபால் யாதவுக்கே ஆச்சரியமாக இருந்தது. பார்க்கிங் இடத்திலிருந்து ஊர்திகள் கிளம்பிச் செல்லும் ஓசை கேட்டது. விருந்தெல்லாம் ஒரு வழியாக முடிந்தது போலிருந்தது. ஆளரவமும் கோலாகலச் சத்தமும் ஒன்றும் கேட்கவில்லை.

அவர் குழிக்குள் பச்சை மண்ணில் மல்லாக்கப் படுத்தார். அப்போது காற்றில் அசைந்துகொண்டிருந்த தென்னங்குருத்துக்கிடையிலாக நிலவொளியின் கீற்று ஒன்று குழிக்குள் வந்தது.

கூடவே சினானும் வந்து சேர்ந்தான். வாரிப் போட்ட மண் குவியலின் மேல் காலை அழுத்தி வைத்தவாறு அவன் கேட்டான்: "ஹோகயா?" (ஆயிடுச்சா)

"ஹாங்... ஜி..."

கோபால் யாதவ் எழுந்தார். சினான் நீட்டிய கையைக் கெட்டியாகப் பிடித்து மேலே ஏறி வந்ததும் எங்கிருந்தோ மூன்று நான்கு பேர் ஒரு பச்சை பீப்பாயைத் தூக்கிக்கொண்டு வந்து குழிக்குள் கவிழ்த்தனர். எலும்புத் துண்டுகளடங்கிய எச்சில் பிரியாணி. ஒரு மலை போல இடிந்து சரிந்து விழுவதை கோபால் நெஞ்சு படபடக்கப் பார்த்துக் கொண்டிருந்தார்.

ஒரு மண் குவியலுக்குள்ளிருந்து மேலெழுவது போல அவர் தலையுயர்த்தியபோது மீண்டும் ஒரு பீப்பாய் வந்தது அதற்குப் பின் வந்த எதையும் அவர் எண்ணிப் பார்க்கவில்லை. இறுதியாக விளிம்பில் தம்கூட உடைக்காத ஒரு பெரிய வட்டப் பித்தளைப் பாத்திரமும் வந்து சேர்ந்தது.

எச்சில் பொருட்களால் குழி நிரம்பியது.

"இனிமேல் இதையெல்லாம் மிதித்து லெவலாக்கிவிடு," என்றான் சினான்.

கோபால் யாதவ் சிறிது நேரம் ஒன்றும் பேசாமல் குழியின் விளிம்பில் நின்றார்.

“மிதிச்சு அமுக்கிடு, பாய்!” சினான் சத்தம் போட்டார்.

“மணி பதினொண்ணாச்சு.”

கோபால் யாதவ் காலைத் தூக்கினார் அங்கே கீழே கிடப்பது பாஸ்மதி அரிசி.

“மிதி பாய்!” சினான் மீண்டும் கத்தினான்.

அவர் மிதித்தார். அந்தச் சோற்றுக் குவியலின் நெஞ்சிலேயே மிதித்தார்.

முதலில் ஒரு அழுகை சத்தம் அவருக்கு கேட்டது. பிறகு அதுவே ஒரு முனகலாக மாறியது. கடைசியில் அதுவும் நிலைத்தது.

“சரி, பாய், இனி மூடிவிடு,” வியர்வையில் நனைந்து பாதங்களில் நெய்யும் மசாலாவுமாக நிற்கும் கோபாலிடம் சினான் சொன்னான்.

மண்வெட்டியால் கொஞ்சம் மண்ணை வாரி அந்தப் பெரிய குழியில் கடைசியாகப் போட்டதும் செல்ஃபோனில் கோபாலையும் சேர்த்து ஒரு செல்ஃபிக்குக் கொடுத்தவாறு சினான் கேட்டான்:

“பாய், பாயிக்கு எத்தனை பிள்ளைங்க?”

“‘ஒரு பொண்ணு.”

“என்ன பேரு?”

“பாஸ்மதி.”

“நிக்கா ஆயிடுச்சா?”

“இல்லெ.”

அதைக் கேட்டதும் செல்ஃபோனைப் பாக்கெட்டில் வைத்துக் கொண்டு சினான் ஆவலோடு கோபால் யாதவைப் பார்த்தான்.

“படிக்கிறாளா?”

“இல்லெ.”

“அப்புறம்.”

“செத்துப் போயிட்டா...”

"செத்துப் போயிட்டாளா?" ஒரு பெரிய அதிர்ச்சியொன்றும் உண்டாக்கவில்லையெனினும் அந்த ஒரு பதில் சினானைக் கொஞ்சம் நிலை தடுமாறச் செய்தது.

"எப்படிச் செத்துப் போனா, பாய்?"

"பசியால..."

கோபால் ஒரு மண்வெட்டியில் கொள்ளுமளவு மண்ணையும் பாஸ்மதி மீதாக வெட்டிப்போட்டார். பிறகு வெகு நேரம் நீண்ட பெருமூச்சு விட்டுக் கொண்டிருந்தார்.

❋❋❋

சாலைகளில் கடைப்பிடிக்க வேண்டிய விதிகள்

குடும்ப கோர்ட்டில் விவாகரத்துக்காக கேஸ் ஃபைல் செய்து இரண்டு மாத காலம் விடுமுறையெடுத்தான் ரவிச்சந்திரன். ஆரம்பத்தில் சில நாள்கள் தன் புத்தக வாசிப்பு அறையிலேயே கழித்தான். பசித்தபோது மட்டும் வெளியே வந்தான்.

திருமணத்துக்கு முன் பல தருணங்களில் வாங்கி வைத்திருந்த புத்தகங்களை மிக ஆர்வமாகப் படித்து முடித்துக்கொண்டிருந்தான். அதே நேரம் ஓட்டல் உணவு அவனின் வயிற்றில் காற்றும் கொந்தளிப்பும் ஏற்படுத்தியது. கதாசிரியர் சக்கரியாவின் ஒரு கதாபாத்திரத்தைப் போலக் கழிவறை இருக்கையின் மீது அமர்ந்தபடி ஒரு படபடப்புடன் இறந்தே போய்விடுவானோ என்கிற பயம் கூட வந்துவிட்டது. இரவானதும் சிறிது கைக்குத்தலரிசிக் கஞ்சியை மட்டும் சாப்பிடலாம் என்றெண்ணி சமையலறையை நோக்கிச் சென்றான். அங்கே இனம்புரியாத அமைதியொன்று இருட்டுடன் பின்னிப் பிணைந்து கிடப்பதாகத் தோன்றியது. ஒவ்வொரு பாத்திரமும் நன்றாகக் கழுவப்பட்டு வெள்ளைவெளேரென தனிமைப்பட்ட நிலையில் உதடுகளைக் குவித்துத் தலைகுனிந்து பேசாமல் நின்றபடியிருந்தன.

அகிலா கொஞ்ச நாளாக இந்த வீட்டில் இல்லையென்ற உண்மை அவன் மனதைத் தாக்கியது அப்போதுதான். பாத்திரங்களுக்கிடையே கொஞ்ச நேரம் தேடித்துழாவிய பிறகுதான் ஒருவருக்கு மட்டும் சாதம் வைக்கக்கூடிய பிரஷர் குக்கர் ஒன்றைக் கண்டெடுத்தான். அதன் மூடியைத் திறக்க முயன்றபோது பாத்திரங்களின் அபார எதிர்ப்பு சக்தி அவனுக்குப் புலப்பட்டது. அதைத் தொடர்ந்து பிரஷர் குக்கருக்கும் ரவிச்சந்திரனுக்குமிடையில் சில்லென்ற மார்பிள் தரையில் ஒரு மல்யுத்தமே நடந்தது. இறுதியில் தோல்வியை ஏற்றுக்கொண்டு சுவரில் சாய்ந்தபடி மூச்சிரைக்கச் சிறிது நேரம் உட்கார்ந்தான். கால்களில் வழிந்த வியர்வை சிறு துளிகளாகத் தரையில் விழுந்தது.

அவன் தொட்ட பாத்திரங்களெல்லாம் சலவைக் கல் மேடையில் ஒன்றையொன்று கட்டிப் பிடித்து அவனது சாதம் வைக்கும் முயற்சியை முறியடித்துவிட்டன.

அந்தப் பாத்திரங்கள் இனம் புரியாத நோட்டத்தை ஒருவருக்கொருவர் வீசியபடி அவனுக்கெதிராக ஒரு நொடியில் ஒரு கும்பலின் சக்தியாக மாறியது. இது அவனை நிலைகுலையச் செய்யவும், தலை முடியைப் பிராண்டியபடி அலறினான்: “எனக்குப் பசிக்குது!!!”

“சும்மா சத்தம் போடாதே, சார்!” என்று திட்டியது மிக்சி. பிறகு தொடர்ந்து, “போயி அந்தப் பாவம் பெண்பிள்ளையைக் கூட்டி வா. பிறகு நாம யோசிப்போம்.”

“அதுக்கு நீ வேற ஆளெப்பாரு! இது எங்க குடும்ப விஷயம். நீ இதுல தலையிடாதே!” என்றான் ரவிச்சந்திரன்.

“அப்படிச் சொல்லாதீங்க, சார், உங்களுக்காக நிறையவே கஞ்சி வேக வைத்தவன் நான்,” என்றது குக்கர்.

“அதெல்லாம் சரிதான். ஆனா, சதாசமயம் டி.வி. பாக்கறதும் சாப்பிடறதும், மார்ஜின் ஃப்ரீ மார்க்கெட்டுக்குப் போவதும், வாரப் பத்திரிகையில் வரும் சமையல் குறிப்பை வெட்டியெடுத்து சமையல் சர்க்கஸ் வேலை நடத்தறதும்தான் வாழ்க்கைன்னு நினைக்கிற ஒரு பெண்ணோட இப்படி எத்தனை நாள் வாழறது?”

அகிலாவுக்கும் ரவிச்சந்திரனுக்குமிடையில் வாசிப்பு அறையில் நடந்த வாய்ச்சண்டை அந்தப் பாத்திரத்தின் மனதில் மெதுவாகத் தெளிந்து வந்தது.

“இங்கே பாரு அகிலா,” என்றபடி ரவிச்சந்திரன் தன் மனைவியை வாசிப்பு அறைக்கு அழைத்துப் பிறகு தொடர்ந்தான்: “பாரு, இது பூராவும் புத்தகம்தான். இந்த டி.விக்கு முன்னாலே பாப்கான் கொரித்துக் கொண்டு உட்கார்ந்த நேரத்துல இதயெல்லாம் எடுத்துப் புரட்டிப் பாத்தா உன்னால் இன்னும் கொஞ்சம் சீரியசாக ஆக முடியும்.”

“ஓ, அப்படியா... இந்தளவு சீரியஸ் போதும்.” அகிலா மற்றொரு தொலைக்காட்சித் தொடருக்கு சேனலை மாற்றி ரவியைப் பார்த்தாள்.

“நீ இப்போ வெறும் அகிலா அல்ல,” என்றான் அவன்.

“அப்புறம்?” அவள் அதிசயமாகப் பார்த்தாள்.

“நீ ரவிச்சந்திரனின் மனைவி. அவர் ஒரு பிலாசஃபி விரிவுரையாளர், எழுத்தாளர்.”

“இருக்கலாம், ஆனா நான் அகிலாதான்.”

“என்னடி சொல்றே...” ரவியின் குரல் கடுமையாயிற்று. பிறகு தொடர்ந்தான்:

“ஆயிரக் கணக்கா கிடைக்கிற சம்பளத்தோட நிழல்லே நிக்கறச்சே உனக்கெல்லாம் வாழ்க்கை ஆடம்பர உணவு மாதிரி ருசியாத்தானிருக்கும். நடுத்தர வர்க்கத்தின் பொதுவான சுபாவம் இது. இந்த உலகத்துல ஆடம்பர உணவு சாப்பிடறவங்க மட்டுமல்ல, ஏகப்பட்ட கவலைகளாலே அல்லாடுற மனுஷாளும் நிறைய பேர் இருக்காங்க. எப்பவாவது அவங்களைப் பத்தியெல்லாம் கொஞ்சம் யோசிச்சு அனுதாப்படறதும் நல்லதுதான். மனசு சுத்தமாகும்.”

“ரெண்டு பெக் போட்டதும் தலைக்கு ஏறிடுச்சோ?” என்று கேலி செய்தாள் அவள்.

ரவிச்சந்திரன் டி.வியின் ரிமோட்டைப் பிடுங்கி டி.வியை அணைத்தான்.

"ஏண்டி, நான் சொல்றேன் கேளு. அந்த ஜன்னல தொறந்து வெளியப் பாரு. அப்போ தெரியும் ரியல் லைஃப்."

"ரியல் லைஃபாவது மண்ணாவது. பக்கத்துல இருக்கிற மேஜர் சார் வீடுதான் தெரியுது."

"அடிப்பாவி... உதைச்சு உன்ன..." ரவி கையை ஓங்கினான்.

"என்ன அடிச்சுத்தான் பாரேன், அப்ப தெரியும்" என்று கூறியபடி அகிலா இரண்டடி முன்னால் நெருங்கி, பிறகு தொடர்ந்தாள்: "நானும் கொஞ்ச நாளாப் பாக்கறேன், நீங்க இங்க போடற ஆட்டமெல்லாம்.. எழுத்து... வாசிப்பு... சமூகம்... அர்ப்பணிப்பு... எனக்கு ஒன்னும் தெரியாது, ஒத்துக்கறேன். ஆனா நான் உங்ககிட்ட ஒன்னு கேக்குறேன். உங்களுக்கு காரோட்டத் தெரியுமா? ஃப்யூஸ் ஆனா பல்பை மாற்றிப் போடத் தெரியுமா? செல்ஃபோன்ல ஒரு டிக்கெட் ரிசர்வ் பண்ண தெரியுமா?"

ரவிச்சந்திரன் அப்படியே உறைந்துப் போய்விட்டான். அவனுக்குள் இருந்த போதை சூடான தரையில் ஊற்றிய தண்ணீரைப் போல ஆவியாய்ப் போனது. ஒன்றும் பேச முடியாமல் மூக்கின் நுனியைத் தடவியபடி நின்றான்.

"பெரிசா பேசவேண்டியது... ஆமா!" அகிலா எழுந்து காரின் சாவியை எடுத்துக்கொண்டு வாசலுக்கு வந்தாள். ரவிச்சந்திரனின் மௌனத்தை ஒரு சாத்துக்குடியை விட சர்வசாதாரணமாக நசுக்கிக்கொண்டு ஆல்ட்டோ கார் கேட்டைக் கடந்து சென்றது.

"குட் பை! என்ன இருந்தாலும் நீங்கள் எல்லாம் அவள் பக்கம்தான்னு எனக்குத் தெரியும்!" இளக்காரமாகப் பாத்திரங்களைப் பார்த்தபடி சொன்னான் ரவிச்சந்திரன்.

"அங்கங்கே தொட்டு, பிடிச்சுவிட்டு, கழுவி பளபளப்பாக்கித் தரையில் போட்டுச் சிரிப்பு மூட்டி அவள் உங்களையெல்லாம் வசீகரிச்சுட்டா, இல்ல? சமையலறைச் சாமான்கள், நீங்களும் இந்தப் பொம்பளைங்களப் போலத்தான். வெளிப்புறமா உள்ள இந்தக் கிச்சு கிச்சு மூட்டல் போதும். ஆழமான சிந்தனைகளையோ அன்பையோ புரிந்துகொள்ளும் சென்ஸிபிலிட்டி உங்களுக்கு இல்ல. இருந்தா இந்த மாதிரி பேச்சு வருமா?"

"அகிலா கேட்டதில் என்ன தப்பு? உனக்கு காரோட்டத் தெரியுமா?" வர்க் ஏரியாவின் மூலையிலிருந்து வாஷிங் மெஷின் கேட்டது.

"பேசாம ஒரு மூலையில் இருக்கிறதுதான் உனக்கு நல்லது," என்று கோபமாகச் சொல்லி ரவிச்சந்திரன் கையை ஓங்கினான். வாஷிங் மெஷின் சற்று பயந்தது. இருந்தாலும் அது தொடர்ந்தது: "ஒருத்தர் சொல்ல வருவதைக் கேட்கும் சகிப்புத் தன்மையாவது காட்டுங்க, மிஸ்டர். இந்தப் பிரச்சினைகளை இத்தனை மோசமாக்கியது நீங்க ஒருத்தர்தான். நீங்க வாசிக்கிறீங்க, எழுதுறீங்க. அவள் வாசிக்கிறதில்ல, எழுதறதுமில்ல. ஆனா, கார் ஓட்டுறா. அதைவிட முக்கியம், நல்லா சாப்பாடு சமைக்கிறா. ஒவ்வொருத்தருக்கும் அவுங்கவுங்க திறமையும் குறைகளும் உண்டு, மிஸ்டர்."

"க்ரியேட்டிவிட்டியையும் டிரைவிங்கையும் ஒண்ணா போட்டுக் குழப்பாதீங்க!" என்று கத்தினான் ரவிச்சந்திரன். பிறகு தொடர்ந்து, "உங்களுக்குத் தெரியுமா... உலகப்புகழ் பெற்ற சினிமா இயக்குநர் அகிரா குரோசோவாக்கு ஒழுங்காக டெலிஃபோன் ரிஸீவரைக் கையில் பிடிக்கத் தெரியாதாம். கதாசிரியர் வைக்கம் முகமது பஷீர் டிரைவராயிருந்தாரா? போகட்டும், கேரளாவிலுள்ள மொத்தம் எழுத்தாளர்களையும் எடுத்துக்கிட்டா எத்தனை பேருக்கு பைக் ஓட்டத் தெரியும்? மிகச் சிலருக்கு மட்டும்தான். ஜீனியஸ்ஸானவங்கள எடை போடும்போது இதையெல்லாம் குறையா பார்க்கக் கூடாது!" என்றான்.

"சும்மா வெட்டிப் பேச்சு பேசாதே!" என்று கோபமாகச் சொன்னது கேசரோல் பாத்திரம். பிறகு தொடர்ந்து, "வண்டி ஓட்டவும் கொஞ்சம் திறமையெல்லாம் தேவை. தைரியமும் தேவை. உங்கள மாதிரி கனவு ஜீவியான எழுத்தாளர்களுக்கு இது ரெண்டும் கிடையாது. சப்பாத்தி செய்து கொண்டிருக்கும்போது அகிலாம்மா இதெல்லாம் எங்ககிட்டே சொல்லியிருக்காங்க," என்றது.

"ஓஹோ... அவ அப்படியெல்லாம் சொன்னாளா?" என்று முணுமுணுத்தான் ரவி. பிறகு தனக்குத்தானே, "அடியே... உன் கூட முன்சீட்டுல கார்ல உட்கார்ந்தப்போ கொஞ்சம் பெருமையாத்தான் இருந்தது. ஆனா, உன் மனசுல

என்னவெல்லாம் நினைச்சுக்கிட்டிருந்தே... என் மேல அவ்வளவு இளக்காரம்.. இதெல்லாம் இப்பத்தானே எனக்குப் புரியுது...” என்றான்.

“போங்க வாத்தியாரே,” என்று பிரஷர் குக்கர் இடைமறித்தது. பிறகு சொன்னது: “அகிலா டிரைவ் பண்ணிக்கிட்டுருக்கிறச்சே உங்களுக்குள்ளே இருந்த காம்ப்ளெக்ஸ்ஸே வெளியே காட்டாம நான் இந்த உலகத்திலேயே இல்லப்பா... என்கிற மாதிரி மடியில் ஒரு புத்தகத்தைத் திறந்து வைத்து நீங்க உட்கார்ந்த விதம். அது யாருக்குமே புரியாத ஒரு திருட்டுத்தனம். சரிதானே?”

ரவிச்சந்திரனுக்குக் கோபம் பொத்துக்கொண்டு வந்தது. அவன் பிரஷர் குக்கரை இரண்டாகப் பிரித்து எச்சில் பாத்திரங்களுடன் ‘சிங்கில்’ போட்டு வைத்தான்.

“அங்கயே கிட! அதிகப் பிரசங்கி! நீ பாரேன்! இன்னும் ரெண்டே மாசம். இந்த ரவிச்சந்திரன் கார் ஓட்டி வந்து இந்த கேட்டைத் தாண்டி வருவேன். கட்டாயம்!”

“சும்மா பேசாதே, வாத்தியாரே, பாத்துடுவோம்!” என்று பாத்திரங்கள் ஒட்டுமொத்தமாகச் சவால் விடுத்தன.

“பாத்துடறேன்!” என்று கூறி ரவிச்சந்திரனும் திரும்பி நடந்தான். கழுத்தை ஒரு டீ- ஷர்ட்டுக்குள் நுழைத்து வெளியே கிளம்பினான். டவுனில் உள்ள மதர் டிரைவிங் ஸ்கூலுக்குப் போகும் வழி ஆட்டோவில் அமர்ந்தபடி அவன் இவ்வண்ணம் யோசித்தான்: “என்னைப் பொறுத்தவரை இந்த டிரைவிங் பயிற்சி என் பயணங்களை மகிழ்ச்சிகரமாக்கவோ எனக்கான ஒரு தனிப்பட்ட விஷயமாக மாற்றவோ அல்ல. மாறாக அகிலாவைப் போன்ற ஒருத்தியின் மெட்ரோபொலிட்டன் வாழ்க்கைத் தத்துவத்தைக் காற்றில் பறக்கவிட்டு அவளைத் தோற்கடிக்க வேண்டிய போட்டியே.”

“சார், நான் உங்கள முன்னாடி எங்கேயோ பாத்திருக்கேன்,” என்றார் மதர் டிரைவிங் ஸ்கூல் பயிற்சியாளர் ராமகிருஷ்ணன். முகத்தில் தாடியுடன் சுமார் ஐம்பது வயது தோற்றமளிக்கும் ஒல்லியான நபர். தொடர்ந்து புகைப்பிடிப்பதன் காரணமாக ஒரு வித செம்பு நிறமாகிவிட்ட கண்களில் பொதுவாக எல்லாவற்றையும் லாகவமாக எதிர்கொள்ளும் நிரந்தரத்தன்மையிருந்தது. ஒரு புதிய வாடிக்கையாளனாயிருந்தும்

தன்னிடம் எந்த அனாவசிய பவ்வியமும் ராமகிருஷ்ணன் காட்டவில்லை.

"சாகித்திய அகாதெமி கட்டடத்தின் முன்னாலே உள்ள ஓட்டல்ல டீ கிளாஸ் விழுந்து உடைஞ்சதக் கேட்டுத்தான் நான் திரும்பிப் பார்த்தேன். அப்போ, இதோ நீங்க நிக்கிறீங்க. மீரா ஜாஸ்மின் படம் ஒன்னு இருந்துச்சே, பேரு ஞாபகம் வரல, அந்தப் படம் நல்லால்லேன்னு சொன்னவன் கழுத்தே புடிச்சு நீங்க ஒரு தள்ளு தள்ளினீங்க ஒருநா. எல்லா கல்லாப் பெட்டியிலேந்து அசோகன் எழுந்து வந்து புடிச்சப்போத்தான் நீங்க கொஞ்சம் அடங்குனீங்க... நம்ம மாதிரியா? அறிவு ஜீவிங்க கண்ட்ரோல் உட்டா... ஒரு வழிக்குக் கொண்டாறது கஷ்டம்தான்..."

ரவிச்சந்திரன் கூனிக்குறுகிப்போய்த் தரையையே வெறித்துப் பார்த்தபடி நின்றான்.

"வண்டி ஓட்டறதெல்லாம் ஒரு ஸ்கில்லு சார்," என்றான் ராமகிருஷ்ணன். தொடர்ந்து, "இருந்தாலும் சொல்லாம இருக்க முடியாது. எஸ்பீரியன்ஸ் வச்சு சொல்றேன்... சார் தப்பா நெனைக்காதீங்க..." தன் கைகளில் படிந்திருந்த கிரீஸின் பிசுபிசுப்பைத் துடைத்தபடி சொன்னான்: "இருப்பத்தஞ்சு வருஷமா என்னோட எஸ்பீரியன்ஸ் வச்சு சொல்றேன்... இந்த உலகத்துலேயே டிரைவிங் கத்துக்கொடுக்க முடியாதது ரெண்டு ஜென்மங்கதான்... ஒன்னு புத்திமந்தமான பேதை... இன்னொன்னு... அறிவுஜீவிங்க..."

அந்த அபிப்பிராயத்தைக் கேட்டு ரவிச்சந்திரன் திடுக்கிட்டான். பிறகு ராமகிருஷ்ணன் தொடர்ந்து, "நான் மொதல்ல சொன்னவங்களுக்கு ஒரு மண்ணும் தலையிலே ஏறாது... அதனால நோ கன்ஃப்யூஷன்... மத்த புத்தியுள்ள கூட்டத்துக்கு எப்பப்பாரு, சந்தேகம்தான். முடிவுல ரெண்டும் ஒண்ணுதான். வண்டியே எங்கனாச்சும் ஓட்டிட்டுப் போயி மோதுவானுங்க... அவ்ளோதான்..."

ரவிச்சந்திரன் நிதானமாகக் கொஞ்சம் முன் பணம் எடுத்து ராமகிருஷ்ணன் கையில் கொடுத்தான்.

மறுநாள் காலையில் 'மதர் டிரைவிங் ஸ்கூல்' என்று எழுதிய நீலநிற அம்பாஸடர் வாசலில் வந்து ஹார்ன் அடித்தபோது

ரவிச்சந்திரன் வராந்தாவில் உட்கார்ந்தபடி செருப்பின் பட்டையை மாட்டிக்கொண்டிருந்தான். "குட் மார்னிங்" என்று கூறியபடி ராமகிருஷ்ணன் அவனை ஓட்டுநர் சீட்டுக்கு அழைத்தான்.

ஸ்டீயரிங்கைப் பிடித்துக்கொண்டு முன் கண்ணாடி வழியாக அந்தச் சாலை வளைந்து செல்வதைப் பார்வையிட்டான். தெருக்கோடி வரை இப்படி நோட்டம்விட்டபோது ஒரு பயணியின் உலகத்தைவிட ஒரு டிரைவரின் உலகம் வித்தியாசமானது என்று ரவிச்சந்திரனுக்குத் தோன்றியது. அந்த உலகம் அபாயகரமானதாகவும் இருண்டதாகவும் பட்டது. நிகரில்லாத ஒரு அகலம் விட்டுக்கொண்டு இரவும் பகலும் போல அவை இணையான இரு பாதைகளாகவே நிலைத்தன.

ஒரு பொறுப்புமில்லாத பயணியின் குதூகலமோ வெளிப்புறக் காட்சிகளின் ஜோடனைகளோ ஒரு காரை ஓட்டுபவனுக்கு அருகதைப்பட்டதல்ல. நினைத்த மாதிரி ஹாய்யாகக் காலை நீட்டி வைக்கவோ செங்குத்தான பாதையில் ஒரு பகல்கனவு காணவோ கொட்டாவி விட்டபடி மனதைக் காற்றில் பறக்கவிடவோ அவனால் முடியாது. எதிரில் பாய்ந்து வரும் அபாயங்களைத் தவிர்த்தபடி... தன் பொறுப்பிலுள்ள ஜீவன்களைத் தன்னுடன் கொண்டு செல்வதே ஒரே வழி.

முதல் கியரை மாற்றி க்ளச்சிலிருந்து காலை எடுத்தவாறு ராமகிருஷ்ணன் சொன்னான்: "மொதல்ல ஸ்டியரிங்க ஸ்டெடியா வைக்கணும்... இதோ பாரு... மெதுவா... லெஃப்டுக்கு ஒடி... இனி நேராக்கி, வண்டி முன்னாடி போறதுக்கேத்த மாதிரி ஸ்டியரிங்க இப்படி அசைச்சுக்கிட்டே இருக்கோணும்..."

வலது கையால் ரவிச்சந்திரனுக்கு உதவியபடி அவன் தொடர்ந்தான், "இங்க கவனிங்க சார்... வண்டி போய்க்கிட்டே இருக்கிறப்போ... நம்ம கண்ணோட பாயின்ட் காருக்கு ஒரு அம்பது கஜம் முன்னாலே இருக்கோணும். அப்பத்தான் வண்டியோட டைரக்ஷன் புரியும்..."

அதற்குள் சாலையின் நடுவிலுள்ள கோட்டிலிருந்து இரண்டடி அகன்றுவிட்ட காருக்கு நேர் எதிராகப் பாய்ந்து வந்த டெம்போ வேன் ஒரு தலை மயிர் வித்தியாசத்தில் மின்னல் வேகத்தில் தாண்டிச் சென்றுவிட்டது. ஈரமான மணல் துகள்களில் அதன்

டயர்கள் உராயும் சத்தம் ரவிச்சந்திரனுக்கு மன நடுக்கம் கொடுத்தது.

"பயந்துட்டீங்களா, சார்? இப்பத்தானே ஆரம்பிச்சிருக்கு... இந்த வண்டியிருக்குதே, இது அப்படி இப்படின்னு போயே போயிடும்... ஆனா நாமதான் ஜாக்கிரதையா இருக்கோணும். இந்த ரோடு பூரா நம்பளோடதுன்னு நெனைக்கப்புடாது சார்..."

ரவிச்சந்திரன் கேரளாவிலுள்ள ரோடுகளின் அவலமான நிலைமையைப் பற்றியும் வாகனங்கள் கண்டபடி பெருகிவிட்டதைப் பற்றியும் பேச ஆரம்பித்தான்.

"இதெல்லாம் பேசிக்கிட்டிருந்தா நம்ம வண்டி ஓடாது... வண்டிங்க நூறோ ஆயிரமோ இருக்கும்... ஆனா, ஆண்டவன் ஒரு வழிய கரெக்ட்டா நமக்குன்னு பங்குபோட்டு குடுத்திருக்கான். அது மேலே இப்படியே நிதானமா ஓட்டிக்கினே போனா சேர வேண்டிய எடத்துல வந்து சேந்துடலாம். கொஞ்சம் லேட்டானாலும் ஆகலாம். ஆவட்டும்... பேஜாராயி ஓட்டிக்கிட்டு எங்கேயாவது முட்டி மோதினேன்னு வையி... அப்புறம் காயமாச்சு, கோர்ட்டு கேசாச்சு. நெனச்ச டைமுக்குப் போகவேண்டிய எடத்துக்குப் போவ முடியுமா... அதுவுமில்லாம... டென்சன்தான் மிச்சம்.. ஒலகத்திலேயே இப்போ அமோகமா வித்துப்போற மாத்திரை எது தெரியுமா, சார், டென்சன் கொறைக்கற மாத்திரதானாம், சரியா... போன வாரம் லைசன்ஸ் கெடச்ச நரேந்திரன் சார்தான் சொன்னாரு, அவரு ஒரு மெடிக்கல் ரெப்பாம்..."

"சரியா இருக்கலாம், ஒருவேள..." என்று சொல்லிச் சிரித்தான் ரவிச்சந்திரன்.

"ஆமா, சார், வேறென்ன சொல்றது," என்றபடி சற்று யோசித்த ராமகிருஷ்ணன் ஒரு முடிவுக்கு வந்த மாதிரி சொன்னான், "நெசமா சரிதான் சார்.. நம்ம நாடு முன்னேற முன்னேற டென்சனும் ஏறிக்கிட்டே போகும்..." ரவிச்சந்திரனிடம் பர்மிஷன் வாங்கி ஒரு பீடியைப் பற்ற வைத்தான்.

"இந்த ரோடு இருக்கே, அது எனக்குச் சில விஷயமெல்லாம் கத்துத் தந்திருக்கு சார். வாழ்க்கையே ஒரு நீளமான பாதை... அப்படியெல்லாம் நீங்க இலக்கிய பாசேல சொல்லுவீங்களே...?

நான் இதெல்லாம் தெரிஞ்சுக்கிட்டது புத்தகம் படிச்சதனால இல்ல... வண்டி ஓட்டித்தான்... இருவத்தஞ்சு வருசம்..."

அன்று இரவில் குளியலறையில் ஷவருக்குக் கீழே உள்ளங்கையை விரித்து வைத்து அது வரையில் இல்லாத தன்னம்பிக்கையுடன் ரவிச்சந்திரன் நின்றான். திடீரென ஒரு யூ-டர்ன் எடுத்து ஹைவேக்குள் நுழைந்தான். அசையத் தொடங்கிய வைப்பர் அவனின் பார்வையைக் கழுவி சுத்தமாக்கியது. ஷவரிலிருந்து வீசி வந்த அடைமழையினூடாக அவனது கார் மிக வேகத்தில் பறந்தது. இடது புறம் அமர்ந்திருக்கும் அகிலாவைக் கோபமாகப் பார்த்தபடி சொன்னான்: "ஸ்பீடோ மீட்டரைப் பாருடி... உன்னுடைய சில்லரைச் சொச்சம் நாப்பது இல்ல இது. தொண்ணூரிலே பறந்துகிட்டிருக்கு... அய்யோ பாவம் பயந்துட்டியா... வேணும்ன்னா சீட்ட கெட்டியா புடிச்சு உக்காந்துக்கோ. இப்போ புரிஞ்சுதா? உன் அறிவு கெட்டத்தன்மைய வச்சு எழுத்தாளர்கள அளந்துடாதே...!"

திடீரெனச் சமையலறையிலிருந்து ஒரு கிண்ணத்தின் ஓசை உரக்கக் கேட்டது, "ஓவர் ஸ்மார்ட் ஆகாதீங்க, வாத்தியாரே... இப்பத்தானே ஆரம்பிச்சிருக்கீங்க?"

அடுத்த நாள் ஒரு அடுக்குமாடிக் கட்டடத்தின் கீழே ராமகிருஷ்ணன் காரை நிறுத்தி மூன்று நான்கு முறை ஹார்ன் சத்தத்தை எழுப்பினான். இரண்டாவது மாடி அபார்ட்மெண்டிலிருந்த ஜன்னல் கர்ட்டனை நீக்கி ஒரு பெண்மணி தன் பருமனான கழுத்தை வெளியே நீட்டினாள்.

"ப்ளீஸ் வெயிட். ஐ வில் கம்," என்றாள்.

"கேரள வர்மா காலேஜ் இங்கிலீஷ் டீச்சர் லதா மேடம் அவங்க," என்றான் ராமகிருஷ்ணன். ஐந்து நிமிடங்கள் சென்றன.

"அவங்ககிட்ட சீக்கிரம் வரச்சொல்லு. என்ன அலங்காரம் வேண்டியிருக்கு," என்று தன் கைக்கடிகாரத்தைப் பார்த்தபடி ரவிச்சந்திரன் அவசரப்படுத்தினான்.

"சாருக்கு இந்த டீச்சர்ங்களோட சைக்காலஜி தெரியாததாலதான்," ராமகிருஷ்ணன் சிரித்தபடி ஆரம்பித்தான். பிறகு தொடர்ந்து, "அவங்களுக்கு யாரே வேணாலும் திட்டலாம். ஆனா, யாரும் அவங்கள திட்டக்கூடாது," என்றான்.

லதா மேடம் வந்தபோது அவன் ரவிச்சந்திரனுக்கு அவளை அறிமுகம் செய்தான். லெர்னர் டெஸ்ட் எழுதி இரண்டு மாசமாச்சாம். இருந்தும் ஒரு தொடக்க நிலை மாணவியைப் போலக் கடுமையான தவறுகள் செய்தபடி வண்டி ஓட்டும் லதா மேடத்தின் பக்கத்திலிருந்து சுயக்கட்டுப்பாட்டுடன் தவறுகளைத் திருத்தும் ராமகிருஷ்ணனைப் பார்த்தால் பொறுமையின் எல்லையைக் கண்டவன் என்று தோன்றும்.

பத்திரிகை ஆபீசுக்குப் பக்கத்துல காரிலிருந்து இறங்குகையில் மேடம் தன் கையிலிருந்த ஃபோட்டோவை ராமகிருஷ்ணனுக்குக் காட்டினாள்.

“வி ஆர் கோயிங் டு செலிப்ரேட் ட்வென்டி ஃபிஃப்த் வெட்டிங் ஆனிவர்சரி. பேப்பரில் விளம்பரம் கொடுக்கனும். இளவட்டங்களெல்லாம் இதை ஒரு வாட்டி பாக்கட்டும்.”

லதா மேடம் போன பிறகு ரவிச்சந்திரன் சொன்னான்: “வெட்கங்கெட்ட இனம். பெரிய ப்ரொபசராம்...!”

“சார், நான் ஒண்ணு சொல்லட்டா? ஒரு இருவத்தஞ்சு வருசம் ஒரு பொண்ணும் ஆணும் வாழ்க்கை நடத்துனாங்கன்னு சொல்றது அவ்வளவு ஒண்ணும் லேசான விஷயம் கெடயாது. கல்யாணத்த பண்ணிப்பாரு, அப்போ தெரியும்...”

அதற்குப் பதிலளிக்காமல் ஓட்டுநர் சீட்டுக்கு மாறி அமர்ந்தான் ரவிச்சந்திரன். தொடர்ந்து ராமகிருஷ்ணன், “இந்த ஆம்பளைங்களுக்கும் பொம்பளைங்களுக்கும் இடையில பெரிய வித்தியாசம் ஒண்ணும் இல்ல. கொஞ்சம் பொறுமையும் கவனமும் இருந்தா இப்படி அப்படி தட்டாம கொள்ளாம கொஞ்ச காலத்தை ஓட்டிறலாம். அப்புறம் இருவத்தஞ்சாவது ஆண்டு விழா. அதெல்லாம் ஒரு ஷோ இல்லயா, சார். அவங்கவங்களுக்கே சுயமா தோண வேணாமா? ரைட்ல சிக்னல் குடு சார்... புல்லா ஒடி... இன்னும் நல்லா ஒடி சார்... ஆங்...இனி ஸ்டெடி பண்ணுங்க... நான் ஒண்ணு சொல்றேன், இந்த ஆம்பளைங்களும் பொம்பளைங்களும் எப்பவுமே ஒண்ணா சேராது சார்... அப்புறம் என்ன... ஒருத்தருக்கொருத்தர் அட்ஜஸ்ட் பண்ணி பசையப் போட்டு ஒட்டுற மாதிரி ஒரு படம். அதுக்குக் கீழால ஒரு பேர எழுதிட வேண்டியது... திருமண வாழ்க்கைன்னு... அவ்ளோதான்,” என்றான்.

ரவி ராமகிருஷ்ணனை அதிசயமாகப் பார்த்தான்.

"இந்தப் பார்வை எனக்குப் புரியுது சார்... என்ன இது... டிரைவருங்க எல்லாம் இலக்கியம் பேச ஆரம்பிச்சுட்டாங்களான்னுதானே யோசிக்கிறீங்க," நீங்க இப்போ உக்காந்திருக்கிற சீட்ல ஃபேமஸ் ஆன பெரிய புள்ளிங்க நெறைய பேர் உக்காந்திருக்கலிங்க. அவங்ககிட்ட ஏதாவது அது இது பேசி சிரிச்சு நெறைய விஷயம் தெரிஞ்சுக்கிட்டேன்... இப்போ எனக்கு இலக்கியம், அரசியல், சட்டம், சினிமா, சரித்திரம், இப்படி எல்லாத்திலயும் கொஞ்சம் கொஞ்சம் விஷயம் தெரியும்னு வெச்சுக்கோங்களேன்... உண்மைய சொன்னா இந்த டிவில பேப்பர்லயெல்லாம் பாக்கற தலைவனுங்களும் எழுத்தாளர்களும்... அவங்களே தூர நின்னு ஆசையா பாக்கறதுக்கு நல்லா இருக்கும். பக்கத்துல உக்காந்து கொஞ்ச நேரம் பேசட்டும்... அப்போ புரியும்... நமக்குத் தெரியற அளவுக்குக்கூட வாழ்க்கைய பத்தி அவங்களுக்குத் தெரியாது... நான் உங்கள சொல்லல..."

ஒரு நிமிடம் ரவிச்சந்திரனின் மனதில் அகிலா நுழைந்து வந்தாள். போர்வையைக் கழுத்து வரை இறுகப் போர்த்தி அவள் அவனுக்கு நேராகத் திரும்பிப் படுத்துக்கொண்டிருந்தாள். அவளின் முகத்தைச் சுற்றி டூத் பேஸ்ட்டின் வாசனை.

"அட... சார் என்னமோ யோசிக்கிறீங்களே. வண்டி ஓட்டறப்போ இப்படி ரூட் மாறி யோசிச்சா வண்டி அப்புறம் ஒரு வழியாயிடும் சார்," என்று ஞாபகப்படுத்தினான் ராமகிருஷ்ணன்.

"ஒரு சைடா ஓரங்கட்டி இறங்கிடுங்க சார். கியரும் கிளச்சும் நாளைக்குச் சொல்லித்தாறேன்." ரவிச்சந்திரன் வண்டியிலிருந்து இறங்கி வீட்டைப் பார்த்து நடந்தான்.

ஒரு விதத்தில் பார்த்தால் இன்றைய எழுத்தாளர்கள் உள்ளிட்ட அறிவுஜீவிகள் ஒரு நத்தையை விடப் பாதுகாப்பானவர்கள். சுகத்தையும் புகழையும் எந்தச் சாமானியனையும் விடக் கூடுதலாக விரும்பி அந்தக் கூட்டுக்குள் இருந்து கொம்பை நீட்டுகிறவர்கள். காலையில் ராமகிருஷ்ணன் சொன்ன சில விஷயங்களை அலசியபோது ரவிச்சந்திரன் இத்தகைய ஒரு முடிவுக்குத்தான் வந்தான்.

தன்னுடைய ப்ரிட்ஜிலும் தண்ணீர் ஜில்லென்று மாறுகிறது. போர்வையில் எம்பிராய்டரி செய்யப்பட்ட விரிந்த சூரியகாந்திப்

பூக்கள் தன்னையும் ஆரஞ்சு நிறம்கொண்ட உறக்கத்துக்குள் அழைத்துச் செல்கின்றன.

"இனி கவலையை விடு..." என்று நினைக்கும் விதம் மணிபர்சில் இரண்டு ஏ.டி.எம் கார்டுகள் இருந்தன. இப்படியெல்லாம் யோசித்துப் பார்த்தால் அகிலாவை விட உன்னதமான ஓர் ஆளுமை தனக்கில்லையெனப் புரிந்துவிட்ட நிலையில் அவளது பழக்க வழக்கங்களை முற்றிலும் மாற்றவோ அவையெல்லாம் ஆழமற்றவை எனச் சுட்டிக்காட்டவோ தனக்கு என்ன உரிமை உண்டு?

லைட்டை அணைத்துப் படுத்த பிறகும் தூக்கம் வரவில்லை. அவ்வப்போது மின்னிக்கொண்டிருந்த கைபேசியின் வெளிச்சத்தில் நேரம், ஆற்றில் மிதந்து செல்லும் தழைகளைப் போல் அசைந்து கொண்டிருந்தது. ரவி பலமுறை எழுந்து கழிவறைக்கும் தண்ணீர் கூஜாவுக்குமாக நடந்துகொண்டிருந்தான். அவனது உளைச்சலைக் கண்டு கூஜா சொன்னது: "ரவி சார், நீங்க இப்போ யோசிக்கிற விஷயம்தான் அன்னைக்கு வாஷிங் மெஷினும் உரக்கக் கேட்டது. அன்னைக்கு நீங்க அதுமேல கோவப்பட்டீங்க இப்படியே போனா நீங்க நிறைய தண்ணி குடிக்க வேண்டியிருக்கும்."

"சார்... ஒரு வண்டிங்கறது ஓர் உடம்பு மாதிரிதான். எஞ்சின் தான் அதனோட ஹார்ட். ஆயில் ட்யூபை ரத்தக் குழாய்ன்னு சொல்லலாம்."

வண்டியைப் பற்றி எதுவும் தெரியாதவனுக்கு கிளச்சும் கியரும் சொல்லித் தரும்போது எளிதாகப் புரிவதற்கு ராமகிருஷ்ணனின் இந்த உதாரணம் நல்லதுதான் என்று ரவிச்சந்திரனுக்குப் பட்டது. அவன் கால்கள் கிளச்சை விட்டதும் வண்டியின் எலும்புச் சந்திப்புகளில் ஒரு சிறு நடுக்கம் ஏற்பட்டு சக்கரங்கள் பறவை இறக்கைகள் போலப் பறக்கத் தயாராயின.

"இனிமே ஓடிக்கொண்டிருக்கும்போது வண்டியே பேசும்," என்றான் ராமகிருஷ்ணன்.

"பேசுமா?"

"ஆமா... பேசும். நீங்க கவனிச்சுப் பாருங்க, சார்." சாலையின் ஒரு ஏற்றத்தில் வண்டியின் வேகம் குறைந்தது. ஓசையும் மாறியது.

“கேக்கறீங்களா, சார்.. இதோ வண்டி பேச ஆரம்பிச்சிடுச்சு...” என்று சொல்லி ராமகிருஷ்ணன் அவனைத் தொட்டான்.

“நீ சொன்னது சரிதான். வண்டி புகார் சொல்லுது...”

“கேட்டீங்க, இல்ல? அப்ப கியரே சேஞ்ச் பண்ணுங்க,” என்று சிரித்தபடி சொன்னான் ராமகிருஷ்ணன்.

திடீரென எதிரிலிருந்து அதிவேகமாக ஒரு மாருதி ஆல்டோ பாய்ந்து வந்தது. ரவிச்சந்திரன் சட்டென்று வண்டியை இடப்பக்கம் திருப்பி ப்ரேக் போடுவதற்குப் பதிலாகக் காலை ஆக்சிலிரேட்டரில் அழுத்தினான். வண்டி டெலிஃபோன் கம்பத்தில் இடித்து திறந்த கதவோடு சாலையோர வயல்வெளிக்குச் சறுக்கிப் போனதும்தான் ராமகிருஷ்ணனால் அதைக் கட்டுப்படுத்த முடிந்தது.

“என்ன வேல பண்ணிட்டீங்க” என்ற ராமகிருஷ்ணனின் குற்றச்சாட்டை எதிர்கொள்ள முடியாமல் ரவிச்சந்திரன் ஸ்டியரிங் சக்கரத்தில் நெற்றியை அழுத்தி வைத்து மூச்சிரைப்பை அடக்கினான்.

வண்டியை வர்க் ஷாப்பில் கொடுத்துவிட்டுத் திரும்பி வருகையில் காலையில் நடந்த விபத்தின் காரணத்தை ராமகிருஷ்ணனிடம் சொன்னால்தான் மனசு லேசாகும் என்று தோன்றியது ரவிச்சந்திரனுக்கு. அவன் தன் டிரைவிங் ஆசானைக் கூட்டிக்கொண்டு ஒரு பாருக்குச் சென்றான். அரை பாட்டில் வோட்கா பருகி முடிப்பதற்குள் அவனின் திருமண வாழ்க்கையின் கோளாறுகள் அனைத்தும் ராமகிருஷ்ணனுக்கு அத்துப்படியாகிவிட்டது. அதில் எந்த விதமான ஆச்சரியமும் அவனுக்குத் தோன்றவில்லை. அந்தரங்கங்களைப் பகிரங்கப்படுத்துவது என்பது ஒரு குறிப்பிட்ட கட்டத்தில் இரண்டு குடிகாரர்களால் மட்டும் செய்யக்கூடிய காரியம்.

“அப்போ... அந்த ஆல்டோவில் இருந்தது உங்க மிஸ்ஸிஸா, சார்?” என்று கேட்டான் ராமகிருஷ்ணன்.

ரவிச்சந்திரன் பில்லின் மீது வைக்கப்பட்டிருந்த ஜீரகத்தை எடுத்து வாயில் போட்டு வெறுமனே மென்றான்.

“ஒருத்தர மாதிரி இன்னொருத்தர் வாழணும்னு சொல்றதுல அர்த்தமேயில்ல, சார். நான் முன்னாடியே சொல்லுவேனே...

ஆண்டவன் ஒவ்வொருத்தருக்கும் அவுங்கவுங்க ரோட்டே அளந்துதான் குடுத்திருக்கான். அதுல மட்டும் ஓட்டிட்டுப் போனா பத்தாதா?” ராமகிருஷ்ணன் கிளாஸ் டம்ளரில் மீதமிருந்த வோட்காவை ஐஸ்கட்டிகளுடன் வாயில் ஊற்றிக் கொண்டபடி சொன்னான் : “சாருக்குத் தெரியுமா, ஒரு பேக்டரில ஆயிரக் கணக்கா கார் தயாரிக்கிறான். தரமானதான்னு பாத்தா... எல்லா வண்டியும் சமமா இருக்கும்... ஆனா, அந்தக் கூட்டத்துல ஒண்ணே ஒண்ணு எல்லா இன்ஜினியரிங் கணக்கையும் தப்பாக்கி வந்து நமக்கே அதிர்ச்சிய குடுக்கும். அதனோட மைலேஜூம் புள்ளிங் எல்லாம் பாத்தா வாயப் பொளந்துடுவோம். அந்த மாதிரி வண்டி கைக்கு வந்தா அவன் அதிர்ஷ்டசாலி. கல்யாணம்ங்கறதும் சுமார் இது மாதிரிதான்னு வெச்சுக்கோங்களேன், ஒரு லாட்டரி. ஆனா, ரெண்டு ரூபாய்க்கு வாங்குன பூனை அஞ்சு ரூபாய்க்கு பால் குடிச்சதுன்னுதான் பொதுவா எல்லாரும் சொல்லுவாங்க. திருப்தியேயில்ல, கேளுங்க, சார், இந்த நவம்பர்ல எனக்கு வயசு அம்பத்தஞ்சு. பொண்டாட்டிக்கும் எனக்கும் நாலரை வயசுதான் வித்தியாசம். பத்தோ இருவதோ வருஷம் குடும்ப வாழ்க்கைய ரிவேர்ஸ்ல பாத்தா ஞாபகத்துல நிக்கற மாதிரி நல்ல வாசனையே இல்ல. எப்படிப் பார்த்தாலும் ஏதோ ஒரு பழகிப்போன கிரீஸ் வாடதான். நல்லா தேச்சாலும் குளிச்சாலும் போகாது. சாப்பிடுற சாதத்திலேயும் படுக்கிற பாயிலேயும் பேசற பேச்சிலே கூட இந்த வாடயிருக்கு. நாப்பத்தியஞ்சு தாண்டிட்டா எல்லாம் போச்சு சார். நம்ம ஒடம்பெல்லாம் செகன்ட் ஹாண்ட் ஆயிடுது... அப்புறம் அதையும் மீறி செக்ஸ் வாழ்க்கையெல்லாம் பண்டிக மாதிரி? வருசத்துல ஒரு வாட்டி நடந்தா உண்டு. அவ்வளவுதான். அப்புறம் தேவையென்னன்னு கேட்டா அண்டர்ஸ்டேண்டிங்தான். லைஃப் ஸ்மூத் ஆவணும்னா அது வேணும். நம்ம விஷயத்துல அதுக்கும் வழி இல்ல சார். காலைல ஆறு மணிக்கு எழுந்து ஒரு வாட்டி வெளியே கிளம்பிப் போனா வெயிலும் தூசியும் பட்டு வீட்டுக்குத் திரும்பிவர ராத்திரியாயிடும். அப்புறம் என்னத்தே அண்டர்ஸ்டேண்டிங்...

உடம்புல எண்ணெ தேச்சிட்டிருக்கும்போது சமையக்கட்டுலேந்து அவ சத்தமா சொல்லுவா, “தண்ணி சூடாயிட்டுங்கோ...” அப்புறம் நான் குளிப்பேன். தலைய

வாரும்போது அவ சொல்லுவா : "சாதம் எடுத்து வச்சிருக்கேங்க" நான் சாப்பிடுவேன்.

தூங்கறதுக்கு முன்னாடி பொண்டாட்டிகிட்டே கொஞ்ச நேரம் சிரிச்சும் பேசியும் நேரத்த கழிச்சா தாம்பத்தியத்துக்கு ஒரு கெட்டியும் வழுவழுப்பும் உண்டாகும்னு நான் ஏதோ ஒரு வாரப் பத்திரிகையில படிச்சிருக்கேன். எனக்கும் ஆசதான், சார். ஆனா, படுத்தா... அப்பவே குறட்டவிட்டுத் தூக்கம்தான். காலைல தொடங்கி ஒரே ஓட்டமில்லியா... அந்தளவுக்கு அசதி, சார்.

ஆமா... நான் இப்படியே திடீர்னு அவள கைவிட்டுட்டேன்னாலும் அவளுக்கு ஒண்ணும் ஆகாது. ஆனால், என்னால அது முடியாது சார்... ராத்திரில தூக்கம் கலைஞ்சா பாயில ஒரு மூலையிலே அவ தூங்கறது தெரியும். அவளுக்குத் தெரியாமதான் ரொம்ப நேரம் அவ மூஞ்சியே பாத்துக்கிட்டிருப்பேன்."

அசையாமல் சுற்றிலும் யாருமில்லாமல் தனிமையில் துலங்கும் ஒரு ஏரியைப் பார்த்தபடி வெறுமனே அமர்ந்திருக்கும் ஒருவனைப் போலச் செலவழித்த இரவுகளை நினைவு கூர்ந்தான் ராமகிருஷ்ணன்.

பிறகு தொண்டை கரகரக்கத் தொடர்ந்தான்: "அப்போ... அவள், அவள் முகத்துக்கு நேரா இந்த ஒலகத்துலயிருக்கிற அத்தனை துக்கமும் மலையருவி போலப் பாய்ந்து வர்ற மாதிரி தோணும். அந்த நேரம் என் நெஞ்சே வெடிச்சிடும் போல..."

ராமகிருஷ்ணன் பேசிக்கொண்டே திடீரென நடைபாதையில் குத்துக்காலிட்டு உட்கார்ந்து விசும்பி அழ ஆரம்பித்தான். அவனிடமிருந்து இப்படி ஒரு செய்கையை ரவிச்சந்திரன் எதிர்பார்க்கவேயில்லை. ஆறுதல் அளிக்க ராமகிருஷ்ணனின் தோளில் தட்டிக் கொடுத்துக்கொண்டிருந்தான்.

"இல்ல, சார் எனக்குக் கண்டிப்பா தெரியும்... தூங்கிட்டிருக்கிற பொண்டாட்டி முகத்தே பாத்துக்கிட்டிருக்கிற எவனுக்கும் அவங்கள கைவிடணும்னு தோணாது," என்று கூறி ராமகிருஷ்ணன் தனக்குள் யதார்த்தமாகப் பொங்கிவரும் கபடமற்ற அழுகையைத் தொடர்ந்தான். வழிப்போக்கர்கள் கவனிக்கத் தொடங்கினர். ரவிச்சந்திரன் அவனைத் தூக்கி எழச்செய்து ஆட்டோவில் ஏற்றி விட்டான்.

இரண்டு வாரத்துக்குள் டிரைவிங் டெஸ்ட் நடந்தது. "H" போட்டு காரிலிருந்து இறங்கியபோது ராமகிருஷ்ணன் ரவிச்சந்திரனின் கையைப் பிடித்து அழுத்தித் தன் சந்தோஷத்தை வெளிப்படுத்தினான்.

"இனிமே பயப்படத் தேவையில்லை. ஃபார்வேடு ஈசியா பண்ணிடலாம்... பிலிப் சார் நம்ம சொந்த ஆள் மாதிரி..."

சாயங்காலம் ஃபோனில் அழைத்து ராமகிருஷ்ணன் சொன்னான், "லைசன்ஸே மூணு நாள்ல வீட்டுக்கு வந்து குடுத்துடறேன்."

"வேண்டாம், நான் டவுனுக்கு வரும்போது கலெக்ட் பண்ணிக்கிறேன்," என்றான் ரவிச்சந்திரன்.

மூன்று நாள்களுக்குப் பிறகு ஒரு நாள் வழக்கம் போல வியர்த்து விறுவிறுத்து வீடு திரும்பிய ராமகிருஷ்ணனிடம் மனைவி சொன்னாள்: "அந்த ரவி சாரோட லைசன்ஸ் கொண்டு போயிட்டாங்க."

"சார் எப்போ வந்தார்?"

"சார் வரல... ஒரு பொண்ணுதான் வந்து வாங்கிட்டுப் போனா அவசரத்துல யார்னு கேக்கல..."

அதைக் கேட்டதும் ராமகிருஷ்ணனின் கண்கள் ஆச்சரியத்தில் விரிந்தன. சட்டையைக் கழற்றிச் சுவரிலிருந்த ஆணியில் தொங்கவிடும்போது அவன் தனக்குத்தானே புன்முறுவல் செய்தான்.

அப்போது சமையற்கட்டிலிருந்து மனைவி உரக்கச் சொன்னாள்: "தண்ணி சூடாயிடுச்சுங்கோ..."

திசை எட்டும்
ஏப்ரல்-ஜூன் 2023

❖❖❖

ஒரு புகார் எழுத்தாளனின் மன உளைச்சல்கள்

என் மதிய நேரக் குட்டித் தூக்கத்துக்கிடையில் தான் ஃபோன் ஒலித்தது. மதிய உணவு முடித்து பத்து நிமிடம் கண் அயர்வதற்குள் ஃபோனில் கூப்பிட்டுத் தொந்தரவு செய்வது போல எனக்கு எரிச்சலூட்டும் காரியம் வேறு எதுவுமில்லை. ஆனால், இந்த செல்ஃபோன்களுக்கென்று ஒரு சுபாவமிருக்கிறது.

நாம் தூங்க ஆரம்பித்து நித்திரைக்குள் நழுவிக் கொண்டிருக்கையில்... குளியலறைக்குச் சென்று ஷவருக்கடியில் தலை முடியை நனைத்துக் கொண்டிருக்கையில்... கன்னங்களில் ஷேவிங் கிரீமைத் திட்டுத் திட்டாக அப்பிக் கொண்டிருக்கும்போது... இப்படிப்பட்ட நேரங்களில்தான் அது மணியடித்துக் களேபரம் செய்ய ஆரம்பிக்கும். ஃபோனில் அழைப்பவனையும் அழைக்கப்படுபவனையும் அது ஒரே போல எரிச்சலூட்டும்.

நான் படுத்தபடியே கையை நீட்டினேன். எட்டவில்லை. படுக்கப் போகும்போது அதை ஆஃப் பண்ணியிருக்கலாம், அல்லது கட்டிலுக்கு அருகாமையில் வைத்திருக்கலாம்.

"நீ அங்கேயே கிடந்து அடிச்சுக்கிட்டிரு..." என்றவாறு திரும்பிப்படுத்தேன். ஆனால், செல்போனோ இடைவிடாது மணியடித்துக் கொண்டிருந்தது. அதன் மறுகோடியில் பொறுமையிழந்த ஒருவன் தன் அத்தியாவசியத் தேவையால் என் காதைக் குடைகிறானென்று புரிந்தது.

"ஹலோ..." நான் ஃபோனை எடுத்தேன்.

"ஆல்பர்ட்... என்னப்பா நீ ஃபோனை எடுக்க மாட்டேங்கிற?" மறுகோடியில் முன்பின் தெரியாத கனமான குரல்.

"பாத் ரூம்லேயிருந்தேன்..."

எல்லா செல்ஃபோன் வாடிக்கையாளர்களும் வழக்கமாகச் சொல்லும் பொய்யை நானும் சொன்னேன்.

"ஆல்பி... இது நானப்பா... என்னைத் தெரியுதா? என்ன? இல்லையா? என் குரல் கேட்டும் புரியலையா?"

"எனக்கு ஞாபகம் வரல..." கொட்டாவி விட்டபடி சொன்னேன்.

"இது ராஜீவ்பா... இப்போ புரிஞ்சுதா?"

"ராஜீவா?"

"ஆல்பி... நாம சேக்ரட் ஹார்ட் காலேஜில ஒண்ணா படிச்சிருக்கோம். ஒரே வருஷம்... நீ இன்னைக்கு பெங்குளூர்லேருந்து திரும்பி வந்திருக்கேன்னு தெரிஞ்சுக்கிட்டேன்... ஹூம்... அப்புறம், படிக்கிற காலத்துல ஞாபகம் வெச்சுக்கிற அளவுக்குத் தனிப்பட்ட திறமை எதுவுமில்லாத சாதாரண ஸ்டூடென்ட்டாயிருந்தவன், நான்."

அவன் சொல்வதைக் கேட்டு நான் சிரித்தேன்.

"என்னவானாலும் சாயந்திரம் 6 மணிக்கு ராஜாஜி ரோட்டில் வியூ பாயிண்ட் பக்கம் வந்து நின்னா போதும். நான் மோட்டார் பைக்கோட வந்து உன்ன பிக் அப் பண்ணிக்கிறேன். சும்மா எங்கேயாவது சுத்தித் திரிஞ்சு ஒரு காஃபி சாப்பிட்டு பிரிஞ்சுறலாம். ஓகேயா... அப்போ சரி, சாயந்திரம் பாப்போம்..."

நான் ஏதாவது பதில் சொல்வதற்கு முன் அவனே எல்லாவற்றையும் தீர்மானித்துவிட்டது போலிருந்தது. என் செல்ஃபோனை மேஜை மீது வைத்துவிட்டு ராஜீவின் முகத்தை

நினைவில் கொண்டுவருவதற்காக பழைய சேக்ரட் ஹார்ட் காலேஜின் தாழ்வாரங்களில் அலைந்து, கேன்டீனுக்குச் சென்று தேநீர் அருந்தியும் பிஸிக்ஸ் லேபில் பரிசோதனையில் மூழ்கியும் லைப்ரரியில் அமர்ந்து புத்தகத்தாள்களைப் புரட்டியும் வெகுநேரம் செலவழித்தேன். ராஜீவ் என்ற பெயரில் ஒருவன் இருந்தான். B.Sc யில் ஃபஸ்ட் க்ளாஸ் கிடைத்ததும் ஊரைவிட்டே சென்றுவிட்டான். ஒருவேளை அவன்தான் திரும்பி வந்திருக்கிறானோ?

ஆனால், அப்படியிருக்க வழியில்லை. ஏனென்றால் அந்த ராஜீவின் குரல் ஒரு குருவியைப் போல் கீச்கீச்சென்று இருந்தது. அது சரி, வெறுமனே மனதைக் குடைந்து டென்ஷனாகத் தேவையில்லை. சாயங்காலம் ராஜாஜி ரோட்டில் அவன்தான் பைக்கை ஓட்டி வரப்போகிறானே.

ஆறு மணிக்குப் பத்துநிமிடம் இருக்கும்போது நான் அந்த வியூ பாயின்ட் முன்னால் வந்து நின்றேன். வரப் போகும் இரவு நேரத்துக்காக நகரமே தயாராகிப் புரண்டு களேபரப்பட்டுக் கொண்டிருந்தது. மெயின் ரோட்டிலிருந்து வலது பக்கம் சிக்னல் போட்டு ஒருவன் என் முன்னால் வந்து பைக்கை நிறுத்தினான். ஹெல்மெட்டைக் கழற்றித் தூக்கிவிட்டுத் தன் கையை நீட்டி, "ராஜீவ்..." என்றான்.

கீழ்ப்பக்கமாகச் செதுக்கிக் கொஞ்சம் இறக்கிய மீசை... வட்டமான முகம். பல ஆண்டுகளின் இடைவெளிக்குப் பிறகு ஒருவரையொருவர் சந்தித்ததின் இதமோ, தொலைபேசியில் கேட்ட குரலின் கனிவோ அவனின் அப்போதைய நடத்தையில் தெரியவில்லை. ரொம்ப நாளாக ஐஸ் பெட்டியில் பத்திரப்படுத்திய கரம் ஒன்றை வெளியே எடுத்து என்னிடம் தருவது போல் தானிருந்தது அவனது கை குலுக்கல்.

"வாங்க..." என்றான் ராஜீவ்.

நான் பைக்கின் பின் இருக்கையில் அமர்ந்து என் வலது கையை அவன் தோள் மீது வைத்தேன்.

60... 70... 80... என ஸ்பீடோ மீட்டரின் முள் வேகமாக உயர்வதைக் கவனித்ததும் நான் அவன் உடல் மீது ஓர் இலையைப் போல ஒட்டிக்கொண்டு ஹெல்மெட்டின் அருகே சென்று சொன்னேன்.

"மெதுவா..."

ஆனால், ராஜீவ் அதே வேகத்தில் முன்னால் இருந்த ஹோண்டா சிட்டியைக் கடந்து எதிரில் வந்துகொண்டிருந்த லாரியின் பெரிய சக்கரங்களுக்கிடையில் லாகவமாகத் திருப்பி வெளியேறினான். முனையைக் கூராக்கிய பென்சிலால் எழுதுவது போல வண்டியை ஓட்டினான் ராஜீவ்.

ஒரு ஏ.டி.எம். கவுண்டருக்கு முன்னால் வண்டியை நிறுத்திவிட்டு 'ஜஸ்ட் எ மினிட்' என்று கூறி மணி பர்சிலிருந்து கார்டை வெளியே எடுத்தான். கோட் நம்பரைப் பயன்படுத்தி பணத்தையெடுத்துத் திரும்பி வந்தான். துறைமுகத்தில் நங்கூரமிடப்பட்ட கப்பலின் கீழ்ப் பாகத்திலிருந்து இருட்டு மெதுவாக உயர்ந்து வந்து நகரத்தில் வியாபிக்கத் தொடங்கியது.

அவன் பைக்கை ஸ்டார்ட் செய்து கொஞ்சம் முன்னால் நகர்ந்து சென்று ஒரு செல்ஃபோன் கடையின் முன் நிறுத்தினான். ஒரு ப்ரீபெய்டு கார்டு வாங்கிப் பதிவு செய்தான்.

"போஸ்ட் பெய்டுன்னா நாம சும்மா கால் போட்டுக் கிட்டேயிருப்போம். ரெண்டு பெக் வேறே உள்ள போட்டா சொல்லவே வேண்டாம். மது நம்மை எதேச்சையா சில ஞாபகங்களுக்கு இழுத்துச் செல்லும். நேத்து மத்தியானம் லூசியா ஓட்டலிலிருந்து வெளியே வந்தப்பதான் உன் ஞாபகம் வந்தது. சேக்ரட் ஹார்ட் காலேஜ் வாசல் படியிலே நீ நிக்கறது போல எனக்கு மனசிலே திடீர்னு ஒரு நினைப்பு வந்துச்சு. சட்டுன்னு உன் நம்பரைத் தேடிக் கண்டுபிடிச்சு கூப்பிட்டேன். ப்ரீபெய்டு கார்டு தீர்ந்தா பேச்சு நின்னு போயிடும். பிறகு தேவையானவங்களாயிருந்தா அவங்க நம்ம நம்பருக்குத் திரும்பிக் கூப்பிடுவாங்க."

பைக்கை அவன் ஒரு ஷாப்பிங் காம்ப்ளெக்ஸுக்குள் ஏற்றினான். செக்யூரிட்டி சிப்பந்தி விசிலை ஊதிக்கொண்டு முன்னால் உள்ள காருக்கு உள்ளே வழி செய்து பைக்கை ஓர் ஓரமாக நிறுத்த உதவினான்.

ராஜீவ் ஹெல்மெட்டைக் கழற்றி வியர்வையில் ஒட்டிக் கிடந்த தன் முடியைச் சீவி நேராக ஆக்கி மூக்கின்மேல் ஒரு ரேபான் கண்ணாடியை எடுத்து மாட்டினான். அவன் தோற்றம் வசீகரமாக இருந்தது. நாங்கள் லிஃப்டில் ஏறி மூன்றாவது மாடியிலுள்ள இன்டர்நெட் கஃபேக்குச் சென்றோம்.

“சாட் பண்ணறீங்களா?” என்று கேட்டான் ராஜீவ். இல்லையென்றேன். பெங்களூரிலிருந்து ஊருக்குத் திரும்பி வந்ததே கம்பியூட்டர்களுக்கு இடையிலிருந்து தப்பிக் கொஞ்சம் சுத்தமான காற்றைச் சுவாசிக்கும் பொருட்டுதான் அது. அப்படியிருக்கையில் அவனுடைய ‘சாட்டிங்’ யாருக்கு வேண்டும்? எனக்கு போரடிக்கத் தொடங்கியது.

விஷயம் என்னவென்றால், பழைய கல்லூரி நாள்களின் விசேஷங்கள், என் குடும்பம், என் வேலை, எதிர்காலத் திட்டங்கள். இவைகளில் ஒன்று கூட அவன் பேச்சில் கடந்து வரவில்லை. முக்கால் வாசி நேரமும் பைக்கைப் பறக்க விடுவதும் இயர்ஃபோனைக் காதில் செருகி இன்கம்மிங் கால்களுக்குப் பதில் சொல்வதுமாகவே இருந்தான். அவன் அலுவலகத்திலிருந்து வரும் அழைப்புகளே அவை என அவனது உணர்ச்சியற்ற பதில்களைக் கேட்டபோதே தெரிந்தது.

என்னை கஃபேயிலுள்ள நாற்காலியில் அமரச்செய்து அவன் கஃபேக்குள் நுழைந்தான். ஓர் அயர்லாந்து நாட்டுப் பெண்தான் இப்போது அவன் வலைக்குள் சிக்கியிருக்கிறாள். ஆரம்பத்தில் சில சின்ன தகவல்கள் கைமாறிய பிறகு ஓரல் செக்ஸில் விருப்பமுண்டா என்று அவளைக் கேட்டான்.

துரதிர்ஷ்டவசமாக அவள் அயர்லாந்து படையின் முதிய ஆபீசர் ஒருவரின் மகள். மிகக் கௌவரவமான குடும்பத்தைச் சேர்ந்தவள். அவளுக்கு மேற்கூறிய முறையிலுள்ள பாலியல் ஏற்பாடுகளுக்குச் சற்றும் விருப்பமில்லை.

அவள் கஃபேயிலிருந்து வெளியேறி வீதியைக் கடந்து ஒரு டாக்சிக்குக் கைகாட்டி நேராக வீட்டுக்குத் திரும்பிவிட்டாள். ராஜீவ் எழுந்து வந்தான்.

“தோ… பார்டா ஒரு தர்ம பத்தினி… ஓரல் செக்ஸ் புடிக்கலைன்னா அதச் சொன்னா போதுமே. கோவிச்சுக்கிட்டு வீட்டுக்குப் போறதா? சந்தர்ப்பம் கிடைக்கும்போது இவளுங்களோட சுயரூபம் நல்லாவே தெரியும்… இடியட்…”

“மணி ஒம்பதாச்சு…” என்றேன்.

“நாம ஏதாவது சாப்பிடலாம், வா…” என்றான்.

கீழ்த் தளத்தில் 24 மணி நேரமும் இயங்கும் ரெஸ்ட்டாரெண்டுக்குள் நுழைந்தோம். அவன் இரண்டு பர்கர்கள் ஆர்டர் செய்து

சாப்பிட்டான். பிறகு இனிப்பான குழம்பில் தோய்த்த இரண்டு பேஸ்டரிகள். நான் எனக்காகப் பாலில்லாத தேநீர் கேட்டேன். அவனோ ஒரு பாட்டில் செவன்அப் வாங்கி பர்கரின் மேல் அதைத் தெளித்தான்.

“இதுதான் ராத்திரி சாப்பாடா?” என்று அதிசயமாகக் கேட்டேன்.

“வேளைக்கு ரெண்டு பர்கர் என மூன்று வேளையும்.”

சிரித்துக்கொண்டே இத்தனை நேரம் மறந்துபோன ஒரு விஷயத்தைப் போல அவன் தன் விசிட்டிங் கார்டை நீட்டினான்.

நாங்கள் பைக்கில் மீண்டும் வியூ பாயிண்ட் வந்து சேர்ந்தோம். அப்போது எதிர்வசமாக இருந்த சினிமா தியேட்டர் காம்ப்ளெக்ஸிலிருந்து காட்சி முடிந்து வரும் கூட்டம் மொத்தமாக ரோட்டிற்கு வந்தது. வாகனங்கள் யாவும் ஆங்காங்கே முடங்கிக் கிடந்தன. ஒரு போலீஸ் ஃப்ளையிங் ஸ்க்வாடு வந்து விசில் ஊதிக் கொண்டிருந்தனர்.

ஒரு இஞ்ச் கூட அசைய முடியாதென்ற நிலைமை வந்தபோது ராஜீவ் பைக்கைத் தெருவோரமாகத் தள்ளி வைப்பதற்காக ஒரு பெட்டிக்கடை பக்கம் சென்றான்.

“சார்... அப்புறம் அவன் திரும்பி வரவேயில்லை,” என்று ஹெட் கான்ஸ்டபிளுக்கு முன்னால் அது வரை நடந்த சம்பவங்களை ஒரு புகாராக எழுதுவதற்கிடையில் சொன்னேன். பிறகு சற்று இளைப்பாற நிமிர்ந்து உட்கார்ந்தேன்.

“அப்புறம் என்ன நடந்தது?” என்று கேட்டுக்கொண்டு ஏட்டு ஒரு சிகரட்டைப் பற்ற வைத்தார். ஒவ்வொரு இழுப்புக்குப் பிறகும் ஒரு பெரிய இருமலுடன் அவர் அடுத்த இழுப்புக்குச் சென்று கொண்டிருந்தார்.

“பைக்கை நான் தியேட்டரிலிருந்த காவல்காரனின் அனுமதியோடு பார்க்கிங் ஏரியாவில் தள்ளி வைத்தேன். நகரத்தின் நெரிசல் மெதுவாகக் குறைந்து வந்து ஆளரவம் இல்லாமல் ஆயிற்று. அலைந்து திரியும் நபர்களும் பைத்தியக்காரர்களும் நாய்களும் விலைமாதர்களும் இருட்டிலிருந்து தெரு விளக்கின் பிரகாசத்துக்கு வந்து நின்றனர்.”

"நல்ல புகார் எழுத்தாளன் சார், நீங்க. எவ்வளவு கவித்துவமா எழுதுறீர்!" என்று கூறி ஏட்டு, தன் நரைத்த தடிமனான, செப்பு நிற முனை கொண்ட மீசையைத் தடவி என்னைப் பார்த்தார். பிறகு தொடர்ந்து, "உங்கள் புகாரைப் படித்துப் பார்த்தால் எந்தச் சாமான்யனும் அசந்து போவான். கேஸைத் தொடர்ந்து விசாரிக்கும் உற்சாகத்தைத் தூண்ட உங்கள் வார்த்தைகளால் முடியும். அது சரி, நீங்க அந்த ஆளோட ஃபோன் நம்பர்ல கூப்பிட்டுப் பாத்தீங்களா?"

"மறக்காம..." என்றேன்.

"அப்படின்னா புகாரில அந்த விஷயத்தையும் எழுதுங்க," என்று கூறி ஏட்டு சில வெள்ளைத்தாள்களை என் முன் வைத்தார்.

அவன் தந்த விசிட்டிங் கார்டை வெளியே எடுத்து முதலில் அந்த செல்போன் நம்பருக்குத் தான் கால் போட்டேன். இந்த நம்பர் தற்போது உபயோகத்தில் இல்லை என்று பதில் வந்தது. மற்றுமொரு நம்பர் அவன் வீட்டுத் தொலைபேசி எண். பைக்கில்லாமல் அவன் தன் வீட்டுக்குத் திரும்பிச் செல்ல சாத்தியமில்லை. ஒருவேளை அவனுக்கு ஏதாவது விபத்து ஏற்பட்டு யாராவது தெரிந்தவர்கள் அவனை மருத்துவமனையில் சேர்த்திருக்கலாம். பிறகு அவன் வீட்டுக்குத் தகவல் தெரிவித்திருந்தால் அதோடு என் அலைச்சல் முடியுமல்லவா? அந்த நம்பரை டயல் செய்தேன். ரொம்ப நேரம் ரிங் போனதற்கப்புறம் ஒரு பெண்மணி ஃபோனை எடுத்தாள்.

மிகவும் சோர்ந்து போன குரல்.

விசிட்டிங் கார்டிலுள்ள நம்பர்தானே என்று கேட்டபடி பேச்சை ஆரம்பித்தேன். ஆனால் அது ராங் நம்பராக இருந்தது. அந்த வீட்டிலும் ஒரு ராஜீவ் இருந்தான் என்ற உண்மை எனக்கு வியப்பையளித்தது. ரிசீவரைக் காதோடு சேர்த்து வைத்தபோது மறுமுனையில் அந்தப் பெண்மணி, ராஜீவின் தாய், விசும்புவது கேட்டது.

நீங்கள் என் பிள்ளை ராஜீவின் நண்பனா? அவனை உங்களுக்கு நன்றாகத் தெரியுமா... போன வெள்ளிக்கிழமை பதின்மூன்றாம் தேதி சாயங்காலம் 'அம்மா இதோ வந்துடறேன்' என்று கூறி பைக்கையும் எடுத்துப் போனவன்தான் அவன். இன்றைக்கு இரண்டு வாரம் ஆகிவிட்டது. அவனைப் பற்றி எந்தத் தகவலும்

இல்லை. போலீசாருக்குப் புகார் கொடுத்தாயிற்று. நாளிதழில் செய்தி வந்தது. என் பிள்ளையைப் பற்றி உங்களுக்கு ஏதாவது தகவல் தெரியுமா? அதனால்தான் இந்த அர்த்தராத்திரியில் கூப்பிட்டீர்களா? அவன் உங்களிடம் தன் அம்மாவைப் பற்றிச் சொல்லியிருக்கிறானா?

அவள் அழத் தொடங்கினாள். நான் எதுவுமே பேசாமல் ரிசீவரைக் கீழே வைத்தேன்.

ஹெட் கான்ஸ்டபிள் இதில் பெரிய அதிசயமொன்றும் இல்லையென்ற தோரணையில் ப்ளாஸ்கிலிருந்து கொஞ்சம் பாலில்லாத தேநீரை ஊற்றி எனக்குத் தந்தார். வெளியே பனிமூட்டமிருந்ததால் ஜன்னல் வழியாகச் சில்லெனக் காற்று வீசிக்கொண்டிருந்தது. அவர் அங்கு வந்து போகிறவர்களுக்காகப் போட்டிருந்த இரண்டு பெஞ்சுகளைச் சேர்த்து வைத்து அதன் மேல் ஒரு தடிமனான போர்வையை விரித்தார்.

என் புகாரின் மேல் எந்த நடவடிக்கையும் எடுக்காமல் இவர் தூங்கிவிடப் போகிறாரா என்று பயந்தேன்.

“உம்... எழுதுங்க...” என்றார் அவர்.

ஒரு மணிநேரமாக நான் அந்த நம்பரில் கூப்பிடும்போதெல்லாம் ராங் நம்பர் என்ற பதிலே வந்தது. ஆனால், எல்லா வீடுகளிலும் ராஜீவென்று யாராவது இருக்கத்தான் செய்தார்கள். நாள்களாக, மாதங்களாக, வருடங்களாகவே ஒரு அப்பாவோ அம்மாவோ சகோதரியோ அவன் திரும்பி வருவதை எதிர்பார்த்துக் காத்துக் கிடந்தார்கள். புகாரின் கடைசி பத்திக்கு வந்தேன். உபயோகித்துப் பழகிப்போன அலுவலகத் தோரணையே அதற்கு ஏற்றது என்றெண்ணி நான் எழுதினேன்.

காணாமல் போன என் நண்பன் ராஜீவை முடிந்தளவு விரைவாக விசாரித்துக் கண்டுபிடிக்க தயவு காட்டுங்கள் என்று தாழ்மையுடன் தங்களிடம் கேட்டுக்கொள்கிறேன்.

“கையெழுத்துப் போட்டுக்குடுங்க,” என்றார் ஏட்டு.

அவர் புகாரை வாங்கிக் கோப்புக்குள் வைத்தார். அதை ஒரு சிகப்பு நாடாவால் கட்டி உள்ளே எடுத்துச் சென்றார். ஒரு நிமிடம் ஏதோ யோசித்து என்னைக் கூப்பிட்டார். மரத்தைத் தாராளமாக உபயோகித்துக் கட்டப்பட்ட பழைய கட்டடம்

அது. பல இடங்களிலும் சிதல் தெரிந்தது. தாழ்வாரத்திலோ வெளிச்சம் கொஞ்சமும் இல்லை.

ஹெட் கான்ஸ்டபிள் ஒரு மெழுகுவர்த்தியை ஏற்றிக் கையில் பிடித்து முன் பக்கமாக நீட்டினார். பழையதாகி உதிரத் தொடங்கிய ஒரு கதவைத் திறந்து ஓர் அறைக்குள் நுழைந்தார். மேஜை மீது மெழுகுத் துளிகளைச் சிந்தவிட்டு அதில் மெழுகுவர்த்திகளை நிற்க வைத்து வெளிச்சத்தை உறுதிப்படுத்தினார்.

என் முன்னால் பெரிய அலமாரிகள். மரத்தால் செய்த அடுக்குப் பலகைகள். பழமையான காகிதங்களின் கடுமையான வாடை காணாமல் போனவர்களைவிடக் கருணை கோரும் விதமாகக் கெட்டியான உறைகளுக்குள் அடக்கம் செய்யப்பட்ட காகிதங்கள் எண்ணிலடங்கா கோப்புகள். அருகாமையிலிருந்த கோப்புகளில் ஒன்றைத் திறந்ததும் அதிலிருந்து நூற்றுக்கணக்கான பூச்சிகள் பறந்து பொங்கின. அவைகள் என் மூக்கிலும் வாயிலும் புகுந்தன. உடம்பு முழுவதையும் கையால் தட்டி உதறி சத்தம் எழுப்பினேன். அந்தக் காகிதங்கள் எதிலும் எழுத்துகள் தெரியவில்லை. எழுத்துகளின் அடையாளங்கள் மட்டும்தான் இருந்தது. வருஷக்கணக்காக அடக்கம் செய்யப்பட்ட எழுத்துகள் காலம் கடந்த பிறகு விட்டில் பூச்சிகளாகப் பிறவியெடுக்கின்றனவா என்று கேட்கத் தோன்றியது எனக்கு. தன் கையிலிருந்த புதிய கோப்பினை 2005 என்றெழுதிய அடுக்கில் எடுத்து வைத்தபடி ஏட்டு சொன்னார், “இதுதான் காணாமல் போனவர்களின் அறை.”

பிறகு பெருமூச்சு விட்டுக்கொண்டு தொடர்ந்தார், “பாருங்க, இதெல்லாம் புகார்கள்தான். விசாரனை நடந்துகொண்டிருக்குதே தவிர இன்னை வரை யாரையும் கண்டுபிடிக்க முடியலை.”

“அப்போ ராஜீவ்?” என்று கேட்டு அவரைப் பார்த்தேன்.

“நாம விசாரிப்போம். விசாரிக்கத்தானே முடியும். கண்டு பிடிக்கிறதுங்கறதெல்லாம் வெறும் ஒரு எதிர்பார்ப்புதானே? அதனால எதிர்பார்ப்பே கைவிடாம விசாரிச்சுக்கிட்டே இருக்கணும். மனுஷாள வாழத் தூண்டுறதே இந்த எதிர்பார்ப்பு ஒண்ணுதானே?”

கதவை மூடிவிட்டு மெழுகுவர்த்தியுடன் வெளியே வரும்போது கான்ஸ்டபிள் சொன்னார்.

"முன்னாலெயெல்லாம் புகாருங்களைப் பாக்கும்போது எனக்குக் கோபம் பொத்துக்கொண்டு வரும். எடுத்துக் கிழிச்சு தூரப் போடத் தோணும். புகார் குடுத்தவங்கள லாக்கப்பில் போட்டு அடிச்சு நொறுக்கக் கூடத் தோணும். ஆனா, இப்போ ஒரு புகார்க்காரன் கூட வராத நாள்! அப்படியொண்ணு இருக்கா? அதை யோசிக்கக் கூட முடியல. நான் செத்தே போயிடுவேன்."

ஹெட் கான்ஸ்டபிள் தன் யூனிஃபாம் சட்டையை அவிழ்த்து கொக்கியில் மாட்டிவிட்டுப் போர்வை விரித்த படுக்கையின் ஓர் ஓரத்தில் தலையைச் சாய்த்து மல்லாந்து படுத்தார். தூங்கும் முன் அவர் உதடுகள் முணுமுணுத்தன.

"ஒவ்வொரு மனுஷனும் ஒவ்வொரு புகார்தான்."

நான் மெதுவாக அங்கிருந்து வெளியேறி பனிவிழும் வீதியில் நடந்தேன். திடீரென என் செல்ஃபோன் ஒலித்தது.

"ஹலோ... அல்பர்ட்..."

"யாரது?" என்றேன்.

"நான் ராஜீவ்... உன்னுடன் எஸ்.பி. காலேஜில்... "

என் இதயம் சத்தமாகத் துடிக்கத் தொடங்கியது.

தமிழ்ப் பல்லவி
ஜூன்-செப்டம்பர் 2022

∗∗∗

கிழி

நென்மண்டா பஞ்சாயத்து ரெவன்யு பிரிவில் வேலைக்குச் சேர எனக்கு அரசு ஆணை வந்துள்ளது. அதை நேற்று மாலை தபால்காரர் என்னிடம் தந்ததிலிருந்து பெரும் அவஸ்த்தைக்குரிய மனநிலையிலிருக்கிறேன்... என் மனைவி, பிள்ளைகள் வழக்கமாகச் செய்வது போல நானும் ஒரு கேக்கை வெட்டிப் பக்கத்து வீட்டாருக்குக் கொடுக்கவோ, நண்பர்களை அழைத்து மது ஊற்றிக் கொடுக்கவோ, போகட்டும் ஒரு முறை மனம் விட்டுச் சிரிக்கக்கூட என்னால் முடியவில்லை.

உண்மையில் இந்த வேலைக்கு நான் அருகதையுள்ளவன் தானா? அதுதான் என் கேள்வி. நன்றாகப் படித்து பரீட்சை எழுதி தேர்ச்சி பெற்றும் நான் தகுதியற்றவனாவதற்கு அதெல்லாம் காரணமில்லை. சுற்றி வளைக்காமல் சொல்லிவிடுகிறேன். நீங்கள் நடுங்கக்கூடாது! நான் ஒரு கொலைகாரன்.

இந்த உலகத்திலேயே இரண்டு பேருக்கு மட்டுமே அந்த உண்மை தெரியும். கொல்லப்பட்டவனுக்கும் கொன்றவனான எனக்கும் மட்டும். என் பெயரில் ஒரு குற்றச்சாட்டு நிலைத்திருக்கையில் அரசாங்க உத்தியோகத்தில் நுழைந்தேனானால் நீதிமன்றத்துக்கு என் மீது கடுமையான தண்டனை சுமத்த முடியும்.

பிடிக்கப்படாத குற்றவாளியாக என் மனதுக்குள்ளேயே நான் அல்லாடித் திரிந்தபடி பத்தாண்டுகள் ஓடிவிட்டன. இறந்தவனின் இறுதிச் சடங்கின்போது கூட யாரும் என்னை அடையாளம் கண்டுகொள்ளவில்லை. முகுந்தன் என்ற அந்த மனிதனின் துண்டிக்கப்பட்ட தலையின் மூடாத இரண்டு கண்களால் கூட என்னைப் போலீசுக்குக் காட்டிக் கொடுக்க முடியவில்லை. பனி மூடிய தண்டவாளத்திலிருந்து தான் முகுந்தனின் உடலை வழிப்போக்கர்கள் கண்டெடுத்தனர். திறமைசாலியான டாக்டர் சின்னாபின்னமான உடலை நூலால் கோர்த்து சேதப்படாத தலையையும் எடுத்து வைத்தார்.

பாலுஸ்ஸேரி ரெவன்யு பிரிவின் சக ஊழியர்கள் வந்து மலர்வளையம் வைக்கும்போது வாய்விட்டு அழுத முகுந்தனின் மனைவியையும் பிள்ளைகளையும் கடும் துக்கத்தில் தோய்ந்த தோரணையில் பார்வையிட்டு அன்று திரும்பி வந்தேன். ஆண்டுகள் பல கடந்து சென்றன. எல்லாவற்றையும் மெல்ல மெல்ல மறக்கத் தொடங்கியபோதுதான் இந்த அரசு ஆணை என்னை மீண்டும் அந்தப் பாதகத்தின் நினைவுக்கு இட்டுச் சென்றது. இன்னும் நேரத்தை வளர்ப்பானேன். அந்தக் கொலையைச் செய்ய என்னைத் தூண்டிய தருணத்துக்குப் பின்நோக்கிச் செல்வோம்.

ஒரு டிசம்பர் மாத இரவு ரயில் பயணத்தில்தான் முகுந்தனை முதன்முறையாகச் சந்தித்தேன். நான் அந்தக் காலத்தில், பிரபலமான பத்திரிகைகள் இல்லையென்றாலும் வாசகர்கள் கவனம் பெற்ற சில சிறு பத்திரிகைகளில் கவிதைகள் எழுதி ஓரளவு பெயர் பெற்றிருந்தேன். எனக்கு அன்று திருமணம் ஆகாதிருந்ததால் கொஞ்சநஞ்சம் சமூக சம்பந்தமான பொது விஷயங்களில் ஈடுபாடு இருந்தது. கோழிக்கோடு டவுன் ஹாலில் பெண்ணிய இலக்கியத்தைப் பற்றிய சர்ச்சைக்குப் பிறகு நடந்த கவியரங்கில் ஒரு கவிதை வாசித்தேன். பெண்களை வெறும் உடம்பாக மட்டும் காணுகின்ற யாரைப் பார்த்தாலும் தீர்த்துக்கட்டும் மனநிலையில் அன்று ரயிலேறினேன்.

சமூகக் கோட்பாடுகளிலும் நிலவில் இருக்கும் சட்டங்களிலும் உடன்பாடு இல்லாததால் டிக்கெட் எடுக்கவில்லை. போதாததற்கு ரயில் பெட்டியில் ஏறிய உடனே கழிவறைக்குச் சென்று என் துணிப்பையில் வைத்திருந்த மூன்று பெக் ரம்மைத் தண்ணீர் சேர்க்காமல் தொண்டையில் ஊற்றினேன். குடலே உருகிவிடும்

போலிருந்தது. அப்போதுதான் அந்தக் கழிவறைச் சுவரில் ஏதோ உதவாக்கரைகள் கிறுக்கி வைத்த அசிங்கங்கள் என் கண்ணில் பட்டது. இப்படிப்பட்ட ஒரு மனநிலையில் இல்லையென்றால் அதையெல்லாம் பெரிதுபடுத்தாமல் வாசித்துவிட்டு வெளியே வந்திருப்பேன். ஆனால், அன்று அதென்னவோ எனக்குப் பெரிய கொடுமையானதாகத் தோன்றியது. யார் யாரோ கன்னாபின்னாவென்று கிழித்துக் காற்றில் பறக்கவிட்ட உடல்கள். அதை மீட்க முடியாமல் கழிவறையின் சுவற்றில் ஏராளமான பெண்கள் தலையை மோதிக்கொண்டு கதறி அழுவதாக எனக்குத் தோன்றியது. அந்தச் சுவரை பலமாகக் கையால் அடித்தேன். அங்கே தொங்கிக்கொண்டிருந்த கண்ணாடி நொறுங்கி கீழே விழுந்தது. என் கண்களில் நீர் நிறைந்து வழிந்தது. அங்கே கிறுக்கப்பட்டிருந்த நிர்வாணப் படங்களிலும் மோசமான குறிப்புகளின் மேலும் மது பாட்டிலை உடைத்துக் குத்தினேன். கீழ்த்தரமான ஆணாதிக்கத் தன்மை மனதளவிலும் உடலிலும் கொண்டு வைத்திருக்கும் ஒரு ஆணின் உருவம் என் முன் விழுந்து துடிப்பதைப் பார்த்து அலறிச் சிரித்தேன். மெதுவாகப் பெண்களின் அழுகுரல் குறைந்து ஒரு லேசான விம்மலாக அடங்கியபோது ரயில் ஏதோ ஒரு ஸ்டேஷனில் நின்று கொண்டிருந்தது.

அந்த நேரத்தில்தான் அங்கே ஏறி வந்தான் - முகுந்தன். அந்த மனிதன் இங்கிருந்து இந்த நேரத்தில் வழக்கமாக ரயிலேறும் சீசன் டிக்கட்காரன் என்று முதல் பார்வையிலேயே புரிந்தது. ரயிலில் பயணிகள் குறைவாகவே இருந்தனர். இருக்கையில் அமர்ந்தவுடன். அந்த நபர் ஒரு காலை செய்தித்தாளையும் மாலை செய்தித்தாளையும் வெளியே எடுத்துத் தன் பையை நகர்த்தி வைத்தான். தன்னுடன் எடுத்து வந்திருந்த மூலிகைத் தண்ணீரில் மிச்சமிருந்ததைக் குடித்துவிட்டு பையின் ஜிப்பை மூடினான். பிறகு செருப்பின் வாரிலிருந்து காலை வெளியே எடுத்துவிட்டு பாதத்தை அடுத்த சீட்டின் மீது வைத்தான். வெளியே நல்ல குளிராக இருந்ததால் மின் விசிறிகளில் ஒன்றை என் சம்மதத்தோடு அணைத்தான். செய்தித்தாளை வாசிக்கும் முன்னர் அந்த வழியாகப் போன காப்பி விற்பனைக்காரன், "நீங்களா, சார்," என்று அவனைக் கண்டு கொண்டதும் கையை அசைத்து காப்பிக்காரனைப் பார்க்காமலேயே ஒரு புன்னகையுடன் செய்தித்தாளைப் படிக்க ஆரம்பித்தான்.

செய்தித்தாளில் மூழ்கியிருந்தபோதும் அவன் மனம் வேறெங்கோ சுற்றித் திரிந்து கொண்டிருந்தது என்று எனக்குப் புரிந்தது. அவ்வப்போது வெளியே பார்த்தவாறு நெற்றியில் தெரிந்த சுருக்கங்களில் விரலால் தடவிவிடவும் செய்தான். தன் பர்சிலிருந்து மூன்று நான்கு லாட்டரி டிக்கட்டுகள் எடுத்து முடிவுகளை ஒப்பிட்டுப் பார்த்து ஒவ்வொன்றாகச் சுருட்டிக் கீழே போட்டான். செய்தித்தாளை மடக்கி வைத்துச் சட்டைப் பையிலிருந்து பேனாவையெடுத்து என்னென்னவோ குறித்துக் கொண்டிருந்தான். ஒருவேளை அவனுக்கு இன்று சம்பளம் கிடைத்த நாளாக இருக்கலாம். ரொம்ப நேரம் பாடுபட்டுக் கிடைத்த விடையில் திருப்தியடையாமல் ஒரு பெருமூச்சு விட்டுக்கொண்டு அதன் அடியில் ஒரு கோடு கிழித்து அந்தக் கணக்கை முடித்து வைத்தான். அப்போது மேலேயிருந்த பெர்திலிருந்து ஒரு அட்டையைப் போல ஊர்ந்திறங்கிய இளைஞனுக்கு உட்கார இடம் கொடுப்பதற்காக முகுந்தன் தன் காலைப் பின்னுக்கு இழுக்க, தெரியாமல் என் கால் மீது பட்டது. “சாரி, சார்,” என்று சொல்லி என் வேட்டியில் விழுந்த தூசியைத் தட்டிவிட்டு நேசபாவத்தில் புன்சிரித்தான்.

நான் எழுந்து நின்று சிகரெட்டைப் பற்ற வைத்துக் கதவுப் பக்கம் நகர்ந்துகொண்டேன். வெளியிலிருந்து வீசிய குளிர் காற்று, குடித்த மதுவின் வெப்பத்துக்கு இதமாக இருந்தது. என் பின்னால் முகுந்தன் எழுந்து வந்து கழிவறைக்குச் சென்று திரும்புகையில் என் கையிலிருந்த கடிகாரத்தைப் பார்த்து “டைம் என்ன ஆச்சு?” என்று விசாரித்தான். காற்றில் பறக்கும் தலைமுடியின் இழைகளைக் கோதியவாறு எனக்கு எதிராகக் கதவருகே நின்றான்.

“என்ன ஒரு குளிர்... ஒரு சிகரெட் தரீங்களா?” நான் சிகரெட் பாக்கெட்டைத் திறந்து அவன் பக்கம் நீட்டினேன். அதிலிருந்து ஒன்றையெடுத்து அவன் தன் உதட்டில் செருகிக்கொண்டான். ஒட்டப்பாலம் என்ற டவுனுக்குப் பக்கத்தில்தான் அவன் ஊர் ஜங்க்ஷனிலிருந்து ஒன்றரை கிலோமீட்டர் நடக்க வேண்டும். தினமும் காலை ஐந்து மணிக்கு வீட்டிலிருந்து கிளம்பி பாலக்காடு - திருச்சூர் பஸ்ஸில் ஒட்டப்பாலம் வந்து அங்கிருந்து பத்தோ இருபதோ கிலோமீட்டர் பயணம் செய்து பாலுஸ்ஸேறி ஆபீஸுக்குச் சென்று கையெழுத்துப் போடும் தன் கசப்பான அலுவலக வாழ்க்கையைப் பற்றி முகுந்தன் விபரமாகப் பேசினான். மனைவியின் குடும்பத்தாரிடமிருந்து

பாகப் பிரிவினையில் கிடைத்த 12 சென்ட் மனையில் சமீப காலத்தில்தான் வீடு கட்டினான். இரண்டு பிள்ளைகள் ஸ்கூலுக்குச் செல்கின்றன. மனைவிக்கோ கால் மூட்டில் வாயு நோயால் கஷ்டம். பனிக்காலமானதால் சில நேரங்களில் அவள் அவஸ்தையைப் பார்த்தால் பாவமாக இருக்கும்.

முகுந்தன் சற்று நேரம் பேசுவதை நிறுத்தினான். நெஞ்சில் குவியலாகக் கிடந்த துயரங்களின் மீது சிகரெட் துண்டைத் தூக்கியெறிந்து உள்ளேயிருந்து அவையெல்லாம் பற்றியெரிந்தது. அவன் மூக்கு வழியாகவும் வாய் வழியாகவும் கரும் புகையாக வெளிவந்தது.

"சம்பளத்திலே பாதியே லோன் என்ற பேரில் நேரடியா பிடிக்கிறாங்க," என்றான்.

எப்படியோ வரவையும் செலவையும் சரிக்கட்டி ஒரு வழியாக வாழ்க்கையை ஓட்டும்போதுதான் இந்த பாலுஸ்ஸேரி டிரான்ஸ்பர் வந்தது. இனி அங்கே ஒரு வாடகை வீடு சரி பண்ணிப் போகலாம் என்று பார்த்தால் அவ்வளவு சுலபமல்ல. தனிக்கட்டையாக வாழ்க்கை நடத்தவும் முடியாது. வீட்டிலிருந்து அகன்று போகவும் முடியாத நிலைமை. ஒரு விதமாகப் பார்த்தால் எல்லாவற்றையும் விட லாபம் சீசன் டிக்கெட் எடுத்துக்கொண்டு ஓடுற இந்த ஓட்டம்தான். ஒன்றுமில்லையென்றாலும் காலையிலும் இரவிலும் மனைவி சமைத்துத் தரும் உணவாவது சாப்பிடலாமில்லையா. மத்தியானத்துத் தேவையானது பொட்டலம் கட்டிக்கொண்டு வரலாம். நேரம் கெட்ட நேரத்தில் சாப்பிடுவதும் தூக்கம் இல்லாமல் போவதும் நூறு கவலைகளும் சேர்ந்து இளமையின் ஏக்கங்கள் குடல் புண்ணாக வயிற்றில் அசையாமல் கிடக்கிறது. அதைச் சும்மா தட்டியெழுப்புவானேன்?

பழக்கமில்லாத என்னிடம் எல்லாவற்றையும் சொல்லி முடித்ததும், அவன் இதுவரை பேசிக்கொண்டிருக்கவில்லை, மாறாக எரிந்து இல்லாமல் போய்க்கொண்டிருக்கிறான் என்றே எனக்குத் தோன்றியது. அவன் பக்கத்தில் நின்றபோது வாழ்க்கையின் வெப்பத்தையும் வறட்சியையும் புரிந்துகொண்டேன். எத்தனையோ நாளாக இதையெல்லாம் கேட்க ஒரு நபரைத் தேடிக் கொண்டிருந்தான் போலும். இல்லையேல் இந்த முடிவற்ற பயணத்தின் அலுப்பை மாற்ற அவன் கண்டு பிடித்த ஓர் உபாயமாகவும் இருக்கலாம். ஆனால், நாம் அவனிடமிருந்து

கிழி | 99

சில விஷயங்களைக் கற்றுக்கொள்ள வேண்டியிருக்கிறது. ஒரு கணவன், தகப்பன், அரசு ஊழியன் என்ற நிலைகளில் தன் பொறுப்புகளோடு முடிந்தளவு ஒன்றி நிற்கும்போது அவனுக்குள் இருக்கும் மனிதனுக்கு ஏற்படும் தனிப்பட்ட நஷ்டங்களோ துயரங்களோ முகுந்தனை அலட்டுவதில்லை. வாழ்வதென்பது கவிதை எழுதுவதைவிட எவ்வளவோ சிரமமானது என்று எனக்கு இப்போது விளங்கிற்று.

பின்னர் நான் ஏன் அவனைக் கொன்றேன்? சாகுமளவுக்கு என்ன பெரிய தவறு செய்துவிட்டான் அவன்?

உங்களுக்குள்ளிருந்து இரத்தம் கொதிக்கும் ஓசை எனக்கு இப்போது கேட்கிறது. அவன் வாயிலிருந்து விழுந்துவிட்ட ஒரு வார்த்தை... அது... அது மட்டும்தான் என்னை இத்தனை பெரிய கொடுமையைச் செய்யத் தூண்டியது!

தன் கஷ்டங்களையெல்லாம் சொன்ன பிறகு என் அனுதாபம் கரைகடந்து அவனுக்குள் செல்லும்போதுதான் ஒரு விகாரமான அருவருப்பூட்டும் சிரிப்பை முகுந்தனின் உதட்டில் கவனித்தேன். என் தோளில் கைவைத்துத் தன் முகத்தை என் கண்ணுக்கருகே கொண்டுவந்து கிசுகிசுத்தான்: "இதுவரை சொன்ன கஷ்டங்களையெல்லாம் மறக்க எனக்கு ஒரே வழிதான் தெரியும், நண்பரே. கேட்கிறீங்களா? சொல்றேன்... அர்த்தராத்திரி வீடு திரும்பி வந்ததும் எனக்குச் சாப்பாடு பரிமாறி அவள் குளிக்கப் போவாள்." மூட்டு வியாதியால் வீங்கிய பாதங்களுடன் அவள் நொண்டி, காலை இழுத்து நடந்து குளியலறைக்குச் செல்வது என் மனக்கண்ணில் தெரிந்தது.

"சாப்பிட்டுக் கை கழுவுவதற்குள்ளே அவள் திரும்பி வருவாள். உடம்பிலுள்ள தண்ணீர்த் துளிகள் காயும் முன்னரே அவளை இழுத்துப் படுக்கையிலே போட்டு ஒரு கிழி கிழிப்பேன். என்ன ஒரு சுகம். அதோட முடியாது. இன்னொரு தடவை காலையிலே நாலு மணிக்குக் கையில் டீயோட அவள் என்னை எழுப்ப வரும்போது. அப்படியாக டெய்லி ரெண்டு தடவை. என்ன சொல்றது, நண்பா, இப்படியாவது என் சீசன் டிக்கட் காசு கட்டுப்படியாக வேணாமா?"

'கிழி' என்ற வார்த்தை முகுந்தனின் வாயிலிருந்து விழுந்ததும் நீள் வாக்கில் வெட்டிக் கிழிக்கப்பட்ட உடலோடு ஒரு பெண் கூக்குரலிட்டு அழுவது எனக்குக் கேட்டது. ரயில் ஒருமுறை

தள்ளாடியது. என் ரத்தம் உறைந்து போயிற்று. ரயில் வண்டியின் சக்கரங்களில் மாட்டி அறுந்துபோன வாய்வு வியாதி கொண்ட கால் ஒன்று என் முகத்துக்கு நேராக வந்து விழுந்தது. அதற்குப் பின் எதுவுமே யோசிக்கவில்லை. ஒரு பயங்கர அலறல் ஓசையுடன் முகுந்தன் அந்த ரயில் பெட்டியிலிருந்து வெளியே தெறித்து விழுந்தான். என் கால் தசைகளின் இறுக்கம் சற்று தளர்ந்த போது எனக்கே நம்பிக்கை வராமல் உறைந்துபோய் நின்றேன். கடவுளே! அவன் நெஞ்சில் உதைத்து வெளியே தள்ளியது நான்தானா? எதற்காக நான் அப்படிச் செய்தேன்? அதிர்ஷ்டவசமாக யாரும் பார்க்கவில்லை. தண்டவாளங்களின் கருங்கல் துண்டுகளில் படர்ந்த அவன் ரத்தத்தின் மீது பனிவிழுவதை மனக் கண்ணில் கண்டேன்.

நான் ஏன் இப்படிச் செய்தேன்? இன்று வரை தெளிவான ஒரு பதில் சொல்ல என்னால் முடியவில்லை. வாழ்க்கையில் தனக்காக எதுவுமே கேட்டு வாங்கிக்கொள்ளாத ஒரு அப்பாவி மனிதனை அவனின் அற்பமான இன்பங்களிலிருந்து கூட நான் உதைத்து வெளியேற்றிவிட்டேன். அவனுடைய திருப்திக்காக அவனுக்குக் கீழே மரண வேதனையுடன் நிசப்தமாக்கப்படும் நோயுற்ற காலைப் பற்றி யோசித்தா?

எது சரி? எது தவறு? என்றெல்லாம் தரம் பிரித்துக் காண்பிக்க என்னால் இயலாது. யாருமே குற்றவாளியல்ல. இன்று எனக்குள் கொலைகாரனாக மாறிய அந்தக் கவிஞன் இல்லை. என் வாழ்க்கைப் பிரச்சினைகளுக்கிடையில் எப்போதோ எனக்குக் கூடத் தெரியாமல் அந்தக் கவிஞன் வாசல் கடந்து சென்றுவிட்டான்.

நாளைக்குக் காலை நென்மண்டாவுக்குக் கிளம்பும் முன்னர் அந்த அப்பாவிப் பயணியைப் பற்றி எப்படி யோசிக்காமலிருப்பேன்? எப்படி மன்னிப்பு கேட்காமலிருப்பது?

இன்று நானும் ஒரு சீசன் டிக்கெட் எடுத்திருக்கிறேன். சமையலறையில் விடியற்காலை சாதத்தைப் பொட்டலம் கட்ட வாழையிலையைத் துடைத்துக்கொண்டிருக்கிறாள் அவள்.

தமிழ்ப் பல்லவி
ஏப்ரல்-ஜூன் 2023

❋❋❋

பாக்கு பொறுக்குபவர்கள்

சில மனிதர்கள் இப்படித்தான். அவர்கள் வாழும் வாழ்க்கையின் மீது நீர் வாழ்ப் பூச்சிகளைப் போல் ஏதாவது எழுதி வரைந்தபடி இருப்பார்கள். ஆனால், ஒன்றும் சரியாக விளங்காது. ஒரு சித்திரமோ, குறைந்தது ஒரு வார்த்தையோகூட உருவாக்க முடியாதபடி மொத்தமாக எல்லாவற்றிலும் ஒரு வெறுமை வந்து நிறைந்து அவர்களை முற்றிலும் தனிமைப்படுத்திவிடும். கடைசியில் கோடையில் வற்றிவிடும் சிறிய குட்டையோ குழியோ ஆக மாறி அவர்களின் உலகம் முடிவு பெறும். அப்படிப்பட்டவர்களில் ஒருவன்தான் சந்துரு அண்ணன்.

பத்தோ இருப்பத்தஞ்சோ வருஷங்களுக்கு முன் ஊரைவிட்டு ஓடிப்போன ஒரு மனிதன் இன்று காலை நான் ஷேவிங் க்ரீம் தடவியபடி நிற்கையில் திரும்பி வருகிறான். போகும்போது அவனிடமிருந்த அந்த மஞ்சள் துணிப்பை திரும்பி வந்தபோதும் கையிலிருந்தது.

"என்னங்க, வெளியிலே ஒருத்தர் பாக்க வந்திருக்காங்க," உரக்கச் சொன்னாள் மனைவி.

"யாரு?"

"எனக்குத் தெரியாது. முன்னாடி உங்கள் கூடயிருந்த நண்பன்னு சொன்னார்."

"என் நண்பனுங்க எல்லாரையும் உனக்குத்தான் தெரியுமே."

"தெரியும்... ஆனா, இவர நான் பாத்ததில்லே."

சவரம் செய்யும் ரேஸரால் க்ரீமை வழித்துவிட்டு வாஷ் பேசினில் தண்ணீரை ஓடவிட்டு டவலால் முகத்தைப் பொத்திக்கொண்டு வெளியே வந்தேன்.

"ஜெகன், என்னைத் தெரியுதா?"

ஒரு மஞ்சள் பையைச் சுருட்டிப் பிடித்தவாறு முன் வரிசையில் விழுந்துபோன இரண்டு பற்களின் இடைவெளியில் ஒருவர் முற்றத்தில் நின்றபடி சிரிக்கிறார். இந்த முகம் எதுவென்று என் மனதைக் குடைந்து பார்த்தேன்.

விரிவான தேடலில் எனக்கு முக்கியமான இரண்டு மூன்று தடயங்கள் கிடைத்தன. மூக்கின் கீழே இடது புறமாக ஒரு கரும்புள்ளி. புருவத்தில் வந்து விழுகின்ற குச்சி போன்ற முடி. ஒரு பாம்பு படமெடுத்து நிற்பது போலக் கர்வமாகக் கொத்தத் தயாராக நிற்கும் அந்த மூக்கு. கண்டு பிடிக்கச் சிரமமான இந்த ஆள் சந்துரு அண்ணன்தான். அந்த நேரத்தில் ஒரு கடிகாரத்தை விடச் சுலபமாகப் பத்து இருபது வருஷங்களை என் உடம்பிலிருந்து எனக்கு அகற்றி விட முடிந்தது. தற்போது நான் சந்துரு என்ற வேலையாளுடன் சின்னச் சின்னச் சந்தேகங்கள் கேட்டு திரிந்துகொண்டிருக்கும் பத்து வயதுச் சிறுவன். என் டவுசரின் பின்பக்கத்தில் ஒரு ஓட்டையிருக்கிறது. அதன் வழியாக ஐம்பது பைசா வட்டத்தில் என் புட்டத்தைப் பார்க்க முடியும். ஆனால், நான் அதைப் பற்றியெல்லாம் கவலைப்படவில்லை.

சந்துரு அண்ணனின் கண்களுக்குள் பார்த்தபோது காற்றில் பாக்கு மரங்கள் மெல்ல அசைந்தன. அந்தக் கரங்களை நான் அழுத்திப் பிடித்தேன்.

அப்போது நினைவுகளில் ஒரு தீப்பொறி கீழே விழுந்து ஏதோ ஒரு பனிக்காலத்தில் நாங்கள் பெருக்கிக் கூட்டி வைத்த சருகுகள் பற்றிக் கொண்டன. மரத்துப் போன உள்ளங்கையில் தீயின் சுடர்கள் அன்று பகிர்ந்த இதமான வெம்மை இன்னும் மிச்சமிருக்கிறது. நான் அந்தக் கரத்தைப் பற்றிக்கொண்டு என் கன்னத்தில் சேர்த்து வைத்தேன். மெதுவாகக் கண்களை மூடினேன்.

எனக்கு நினைவு தெரிந்த நாளிலிருந்து சந்துரு அண்ணன் எங்கள் வீட்டு ‘உரல் அறை’யில் (நெல் குத்தும் தனி அறை) படுத்துக் கொண்டிருக்கிறார். கைக்குத்தலரிசியின் வாசனை கமழும் சிமென்ட் பூசாத அறையின் சுவரோடு ஒட்டியபடி களிமண்ணால் செய்த கோழிக்கூட்டுக்கு மேலே ஒரு சாக்குப் பையை விரித்து அதன் மேல் ஒரு கோரைப் புல் பாயும் விரித்துத்தான் என்னை விடப் பத்து வயது மூத்தவனான சந்துரு அண்ணன் வழக்கமாகத் தூங்கினார்.

பொழுது விடிவதற்குள் எங்கள் தாத்தா, சுருண்டு படுத்துக் கொண்டிருக்கும் சந்துரு அண்ணனைத் தன்னுடன் அழைத்துக் கொண்டு பாக்கு பொறுக்கி சேகரிக்கத் தோப்புக்குப் போய்விடுவார். பனிபடர்ந்த புல்லில் நடக்கப் பிடிக்கும் என்பதால் அவர்களைத் தொடர்ந்து நானும் கிளம்பிவிடுவேன்.

நாங்கள் நடந்து வரும் ஓசை கேட்டதும் பாக்கு மரங்களுக்கிடையே தேங்கி நிற்கும் மங்கலான அரை இருட்டிலிருந்து அலகில் பழுத்த பாக்கின் சாறு படிந்த வௌவால்கள் அங்குமிங்கும் பறக்கும்.

வௌவால்கள் கடித்துப் போட்ட பாக்கைத் தரையிலிருந்து பொறுக்கியெடுக்கையில் சந்துரு அண்ணன் சில சமயம் செக்கச் சிவந்த ஒன்றையெடுத்து என் கன்னத்தில் வைத்து மெதுவாக உரசுவார். அப்போது மிகப் பரவசமாக இருக்கும். பனித் துளிகளின் குளிருக்குள்ளேயே என் உடம்பு ஒரு நீர் நிலைக்குள் இறங்குவது போல் இருக்கும். ஒரு கத்தியைப்போல் அது அசையாமல் பலவகை மீன்களுக்கிடையில் நெடுநேரம் கிடக்கும். அப்போது என் கண்கள் மெல்ல மூடும்.

நாங்கள் பாக்கையெல்லாம் சேர்த்து கூடைக்குள் போட்டு வைப்பதற்குள் கோரைப் புற்களின் புதரிலிருந்து வெளியேறி நேராகக் கால்வாய்க்கு இறங்கிய தாத்தா உடம்பைச் சுத்தப்படுத்தி கோமணத்தைக் கட்டிக்கொண்டு திரும்பி வருவார். அப்போது கடந்த இரவு நண்டுகளைத் தின்று பசியாறிய கொக்கொன்று தாத்தாவின் கருத்த ஒல்லியான உடம்பின் குறுக்காகப் பறந்து செல்லும். பள்ளியில் கறுப்புப் பலகையில் வெள்ளை ‘சாக் பீஸால்’ வரைந்தது போல, இந்த வெண்மைக் கீற்று இன்னும் சற்று நேரம் என் கண்களில் தங்கி நிற்கும்.

"இத்தனை நாளா எங்கிருந்தீங்க, சந்துரு அண்ணா?" நான் கேட்டேன்.

பரிமாறி வைத்திருந்த காலை உணவிலிருந்து கண்ணை எடுக்காமல் அவர் தனக்குத்தானே சிரித்தார். மூக்கின் நுனியைத் தடவி சற்று நேரம் பேசாமலிருந்து பிறகு இட்லியை எடுத்துச் சாப்பிட ஆரம்பித்தார்.

"உங்க குடும்பமெல்லாம்..." வீட்டுக்கு வந்த தன் கணவனின் பழைய நண்பனிடம் ஏதாவது கேட்க வேண்டுமே என்று நினைத்து ரேகா கொஞ்சம் சட்னியை அந்தப் பலகாரத்தின் மீது ஊற்றி நட்பு கலந்த உரையாடலை ஆரம்பித்தாள். சந்துரு அண்ணன் அதற்கும் பதிலேதும் சொல்லவில்லை. ஆனால், இம்முறை அவர் முகத்தில் சிரிப்பில்லை. சாப்பிட்ட பாத்திரத்தை எடுத்து வெளியே நடந்தார். மனைவி என்னைப் பார்த்தாள். சாப்பிட்ட பாத்திரங்களை அவரவர் துலக்கி வைக்க வேண்டுமென்பது எங்கள் ஊரில் காலம் காலமாகக் கடைப்பிடிக்கப்பட்ட பழக்கமென்பது அவளுக்குத் தெரியவில்லை. சந்துரு அண்ணா தன் ப்ளேட்டைச் சமையலறை மேடையில் கவிழ்த்து வைத்துவிட்டு முன் வாசலுக்கு வந்தார். தன் மஞ்சள் பையிலிருந்து ஒரு பீடியை எடுத்துப் பற்ற வைத்தார். முற்றத்தைச் சுற்றியிருந்த சிறு மேட்டில் அமர்ந்தபடி தோப்பை ஒரு நோட்டம் விட்டு, இடையில் என்னை ஒரு முறை கூர்ந்து கவனித்தார்.

இந்தத் தோப்பை நீ இப்படி கவனிப்பாரற்று அலங்கோலமாக்கி விட்டாயே என்ற கோபமும் வருத்தமும் அந்தக் கண்களில் தெரிந்தது.

தாத்தா இறந்த பிறகு அம்மாவுக்குத் தன் பங்காகக் கிடைத்தது இந்தத் தோப்பு. என் அக்காவுடன் அவள் ஷார்ஜாவுக்குச் சென்று நிரந்தரமாகத் தங்கிவிட்ட பிறகு இந்தத் தோப்புக்கு நான் உரிமையாளனானேன். ஒரு புத்தகப் பதிப்பகத்தைச் சுமாராக நடத்திக்கொண்டு செல்கையில் எனக்கு இந்தத் தோப்பைக் கவனிக்க முடியாமல் போயிற்று. புதர் மண்டி காடாகக் கிடந்த இடத்தை வெட்டிச் சுத்தமாக்கி வருடம் இரண்டாகிவிட்டது.

மரங்களைச் சுற்றி உரமிடும் குழிகளை எடுப்பதில்லை. உரம் போடுவதுமில்லை. வருடா வருடம் யாருக்காவது குத்தகைக்குக் கொடுத்துவிடுவேன்.

கிடைக்கிற விளைச்சலை வாங்கி வைப்பேன். அதற்கிடையில் பல வியாதிகள் வந்து முக்கால்வாசி பாக்கு மரங்களின் மண்டை காய்ந்துவிட்டது. பந்தல் போட, வேலி கட்ட என யார் யாரோ வந்து சில மரங்களை வெட்டிச் சென்றனர். தோப்பையே விற்றுவிடலாமென்று பார்த்தால் பட்டணத்திலிருந்து சற்று தூரம் உள்நோக்கியிருந்த படியால் யாருக்கும் வாங்க விருப்பமில்லை.

அதுவுமன்றி, தாத்தாவின் நினைவு இங்கே இருப்பதால் துச்சமான தொகைக்கு இதை விற்றுவிடவும் மனசு வரவில்லை.

"இவர் இன்னைக்குத் திரும்பிப் போயிடுவாரா?" ரேகா கேட்டாள்.

வெளிப்படையாக விருந்தாளியாய் வந்தவரிடம் கொஞ்சம் வாஞ்சையுடன் பேசியிருந்தாலும் முற்றிலும் பரிச்சயமில்லாத ஒருவரின் இருப்பு அங்கே அவளைப் பதட்டம் அடையச் செய்தது என்பது அந்தக் கேள்வியிலிருந்து புரிந்தது.

"தெரியாது," என்றேன்.

அவள் என்னை முறைத்துப் பார்த்துவிட்டு வீட்டுக்குள் அடைக்கலம் கொண்டாள்.

பீடி பிடித்து முடித்ததும் சந்துரு அண்ணன் நேராகத் தோப்புப் பக்கம் போனார். போகிற வழியில் காடாகக் கிடந்த இடத்திலுள்ள புதர்களைக் கையால் வகிர்ந்து செல்ல வேண்டியிருந்தது.

மோட்டார் வைத்திருந்த சின்ன அறையெங்கும் சிதலெடுத்து ஒருபுறம் அப்படியே சரிந்து ஒடிந்து தொங்கிக்கொண்டிருந்தது.

துருப்பிடித்த குழாய்களின் மீது நிறைய மரத் தவளைகள் (தேரைகள்) அமர்ந்திருந்தன. சந்துரு அண்ணனைப் பார்த்ததும் அவை உரக்கக் குரல் எழுப்பின. கிணறெங்கும் ஒரே பாசி. பாக்கு மரத்திலிருந்து எப்போதாவது ஒரு பழுத்த பாக்கு கீழே விழுந்து அந்தப் பாசியைச் சற்று விலக்கும். திரும்பப் பழையபடி

ஆகிவிடும். அத்துடன் பாக்குமரமும் கிணறும் நடத்தும் உரையாடல் முடிவடையும்.

சந்துரு அண்ணனைத் தோப்பிலேயே விட்டுவிட்டு நான் காரைக் கிளப்பினேன். நேரம் தாமதமானதும் ஆப்பிஸிலிருந்து ஃபோன் அழைப்பு வந்திருந்தது.

இரவு திரும்பி வந்து காரைப் போர்ச்சில் ஏற்றி வைப்பதற்குள் மனைவி ஓடி வந்தாள். காலையில் அவள் முகத்திலிருந்த பயமும் எரிச்சலும் மாறி அவள் முற்றிலும் சந்தோஷமாகத் தெரிந்தாள். என் கையைப் பிடித்து நேராக 'உரல் அறைக்கு' அழைத்துச் சென்றாள். தன் கையால் மெதுவாகக் கதவை அழுத்தினாள். அதன் பலகை அசைந்ததும் கைக்குதலரிசியின் வாசனையையும் தவிடின் வாடையையும் என்னால் மீண்டும் உணர முடிந்தது. நானே மறந்துபோயிருந்தேன், எனினும் அந்த வாசனை அங்கே உள்ளேயே இருந்திருக்கிறது. அவள் மின்விளக்கைப் போட்டாள். கோழிக் கூட்டுக்கு மீதாகப் பாயை விரித்துத் தூங்கியபடியிருந்தார் சந்துரு அண்ணன்.

சுவரிலிருந்த ஆணியில் அவரின் மஞ்சள் பை மாட்டப்பட்டிருந்தது. அப்போது எனக்குச் சந்துரு அண்ணனை எழுப்பிவிட்டுப் பச்சைப் புல்லின் பனித் துளிகளை மிதித்துச் சிதற வைத்தபடி தோப்புக்கு ஓட வேண்டும் போலிருந்தது. பனியால் கழுவிய என் உள்ளங்கால்களில் ஒட்டியிருந்தன தொட்டால் சுருங்கி விதைகள். என் கால் கட்டை விரலைக் கடந்து ஊறுகிறது சிற்றெறும்பு.

"உள்ளே படுக்கச் சொல்லியிருக்கலாமே?" என்று மனைவியைக் கடிந்தேன்.

"சொன்னா கேட்டாத்தானே? இன்னைக்குப் பூரா தோப்பிலேயே தான் இருந்தார். காடாயிருந்ததையெல்லாம் நிறைய வெட்டியாச்சு. மண்டையில்லாத இரண்டு பாக்கு மரங்களை வெட்ட ஆளுங்கள ஏற்பாடு பண்ணியாச்சு."

எதற்காக சந்துரு அண்ணன் இத்தனை காலத்துக்குப் பிறகு இந்தத் தோப்பைத் தேடி வந்தார்? அவர் கால் படாத ஒரு துளி மண் கூட இந்தத் தோப்பில் இல்லை. வயோதிகம் என்பது பின் நோக்கிப் பாய்கின்ற ஒரு நதியே. வருடங்கள் பல கடந்து போன பயணத்தில் அவர் எங்கேயாவது மரணத்தை நேரில் சந்தித்திருக்கலாம். மரணத்தின் கையில் நினைவுகளின் கற்கள்

உண்டு. கல்வீச்சு அதிகமாகிவிடவே ஓரடி கூட முன்னால் வைக்க முடியாமல் அவர் திரும்பி ஓடியிருக்கக்கூடும். எது எப்படியானாலும் ஒரு மாதத்துக்குள் தோட்டத்தின் தோற்றமே மாறிவிட்டது. வரிசையாக நட்டு வைத்த புதிய பாக்கு மரக் கன்றுகள் காற்றிலாடின.

கிணற்றிலிருந்த சருகுகளையும் பச்சையிலைகளையும் அகற்றியாயிற்று. டீசல் மோட்டார் மீண்டும் வேலை செய்ய ஆரம்பித்துவிட்டது.

தெளிந்த நீரில் தவளைகள் குதித்து விளையாடின. ஓடையின் ஒரு பக்கத்தில் மதகு கட்டி நீர் தேக்கி வைக்கப்பட்டிருந்தது. ஒரு கொக்கு வந்து தண்ணீருக்குள் எட்டிப் பார்த்தது.

கேள்வியொன்றும் கேட்கவில்லை என்பதால் ஏராளமாகப் பீடி வாங்கிக் கொடுத்து ஒருத்தரைச் சும்மா இப்படி வேலை வாங்குவது சரிதானா? கூலியாக ஏதாவது ஒரு தொகையைப் பேசி விட யோசித்தேன். ஊதியத்தைப் பற்றிப் பேசியபோது சந்துரு அண்ணன் ஒன்றும் சொல்லாமல் வழக்கம் போல என்னைப் பார்த்துச் சிரித்துவிட்டு வேலை செய்யும் கருவிகளுடன் தோப்புக்கு நடந்து விட்டார்.

"இந்த சந்துரு அண்ணன் ஒரு காலத்தில் திருடனாக இருந்தாரா?"

ஒரு நாள் இரவு உணவு சாப்பிடும்போது மனைவி சட்டென்று கேட்டாள்.

"அவருக்குத் திருட்டுத்தனம் இருந்ததுன்னு கேள்விப்பட்டேன். அக்கம் பக்கத்திலிருந்தவங்கதான் சொன்னாங்க. உண்மையா?"

நான் அதற்குப் பதிலொன்றும் சொல்லவில்லை.

"இங்கேயிருந்து என்னமோ திருடினதுக்குத்தானே தாத்தா அவரை விரட்டிவிட்டாரு?"

ஒரு விவாதத்துக்குத் தயாராக அவள் என் எதிரே அமர்ந்து தொடர்ந்தாள்: "ரொம்பவும் நம்பிடாதீங்க. நீங்க இல்லாத நேரம் பாத்து என் மண்டையிலே ஒரு போடு போட்டு இங்கே உள்ளதையெல்லாம் எடுத்துக்கிட்டு அய்யா கிளம்பினாலும் கிளம்பிடுவாரு. அவர் மனசுல என்னமோ ஓர் உத்தேசமிருக்கு,

இல்லைன்னா ஒரு பைசா கூட வாங்காம அவர் ஏன் இங்கே கிடந்து வேர்த்து வேலை செய்யறார்?"

அன்றிரவு எனக்குத் தூக்கம் வரவில்லை. கண்கள் மூடும்போதெல்லாம் காது முழுக்க சந்துரு அண்ணனின் அழுகைக் கூக்குரல்தான் கேட்டது. பாக்கு மரக் குலையின் குச்சிகளைக் கொத்தாகப் பிடித்து ஊர் போலீஸ்காரன் ராஜன் அவரைக் கண்மண் தெரியாமல் விளாசிக்கொண்டிருந்தான். அவர் உடம்பில் ஒரு பொட்டுத் துணி கூட இல்லை.

"கொல்லுடா ராஜா, அவனை... அப்பனும் ஆத்தாவும் செத்த பிறகு அலைஞ்சு நடந்தவன் இவன். இங்கே கொண்டாந்து இந்த நாய்க்குச் சோறு போட்டேன் பாரு. என்னத்தான் ஒதைக்கணும்."

தாத்தா கோபாவேசத்தில் ஆடினார்.

"அவன் முதுக ஒடிச்சு போடு, நிமிரக் கூடாது!"

தன் நிர்வாண உடம்பைப் பார்க்காமலிருக்க கால்முட்டுகளுக் கிடையில் முகத்தைப் புதைத்துத் தரையில் துடித்துக் கொண்டிருந்தார் சந்துரு அண்ணன்.

நான் உரக்க அழுதேன்.

அம்மா என் வாயைப் பொத்தினாள்.

"அவன் திருட்டு ஜாதி. நல்லா வேணும் அவனுக்கு," என்றாள்.

அடித்து அடித்து குச்சிக் கொத்து பிய்ந்து போனதும் போலீஸ்காரன் தன் நெற்றியிலிருந்த வியர்வையை வழித்துக் காக்கிச் சட்டையில் துடைத்தான்.

சாக்ஸைக் காலில் இழுத்துப் போட்டுக்கொண்டு கூரான போலீஸ் தொப்பியைத் தலையில் பொருத்தினான். போகிற போக்கில் திருடனின் இடுப்பைக் குறிவைத்து ஓர் உதை விட்டான்.

"அம்மா..." என்ற சந்துரு அண்ணனின் அலறல் பாதியில் நின்று போயிற்று.

நான் கண்களைப் பொத்திக்கொண்டேன்.

அதற்குப் பிறகு சந்துரு அண்ணனைப் பார்த்தது இப்போதுதான்.

என்றாவது ஒருநாள் தன் தலையில் பலமான அடி விழுமென்று பயந்துகொண்டே என் மனைவி ஐந்து வருடங்களை ஓட்டிவிட்டாள். அத்தனை நாள்களும் சந்துரு அண்ணனின் கோரைப்புல் பாய் கோழிக் கூட்டுக்கு மீதே எப்போதும் இருந்தது.

புத்தக வியாபாரத்தில் நேர்ந்த நஷ்டம் எனக்குப் பெரிய கடன் தொல்லையை உண்டாக்கிவிட்டது. அதற்குள் சந்துரு அண்ணா வளர்த்த பாக்கு மரங்கள் ஒன்றொன்றாகக் காய்த்துக் குலுங்கத் தொடங்கின. பிய்ந்து விழுந்த பாளைகளும் பூங்கொத்தின் அரிசி போன்ற விதைகளும் எனக்கு ஆச்சரியமளித்தன. காற்றில் கமுகின் மட்டைகள் கீழே விழும்போது தூக்கத்தில் ஒவ்வொரு முறையும் சந்துரு அண்ணன் விழித்தெழுந்தார்.

நெஞ்சில் கைவைத்து அசையாமல் படுத்தார். தோப்பில் வெளவால்களின் சத்தம் அதிகமானதும் அவர் எழுந்து ஓடி வருவார்.

பாக்குகள் முத்தலாகிப் பழுக்கத் தொடங்கின.

பாக்கின் காய்களிலிருந்த பச்சை நிறம் மாறத் தொடங்கியது சில மாதங்களுக்குள் விளைச்சலைப் பறித்து எடுக்கத் தயாராகி செக்கச் சிவந்த நிறத்தில் துலங்கி நின்றன.

கீழே மரத்தைச் சுற்றி வெட்டப்பட்ட குழியில் பனியில் விழுந்து கிடந்த ஒரு பாக்கையெடுத்து சந்துரு அண்ணன் தெரிவித்தார்:

“நல்லா முத்திடுச்சு. இனி பாக்கை உரிச்சுப் போட ஆளக் கூப்பிடுங்க.”

சந்துரு அண்ணனின் தோளில் இரண்டு கைகளையும் அழுத்திப்பிடித்தேன். என் கண்களில் நீர் நிரம்பி வழிந்தது. சாந்தமான ஒரு புன்சிரிப்பு மட்டும் அண்ணன் முகத்தில் எனக்குத் தெரிந்தது. பழுத்த பாக்கை எடுத்து என் ஈரமான கன்னங்களை மெல்லத் தடவினார். நான் சொக்கியபடி கண்களை மூடினேன்.

அடுத்த நாள் காலை மனைவி என்னை உலுக்கி எழுப்பினாள். சந்துரு அண்ணனைக் காணவில்லையாம்.

திடுக்கிட்டுப் படுக்கையிலிருந்து எம்பி எழுந்தேன்.

'உரல் அறையின்' பக்கம் வந்து பார்த்தபோது கோழிக்கூட்டின் மீது கோரைப்புல் பாய் மடித்து வைக்கப்பட்டிருந்தது. சுவரில் மாட்டியிருந்த மஞ்சள் பையும் காணோம். மனைவி அலமாரையையும் அங்கும் இங்கும் தேடிப் பார்த்து நிம்மதியடைந்த பாவத்துடன் திரும்பி வந்தாள்.

சந்துரு அண்ணன் போய்விட்டார் என்பதை என்னால் நம்ப முடியவில்லை. பாக்கைப் பறித்து உரிக்க மரமேறும் கயிறும் கத்தியுமாக வாசலுக்கு வந்தவர்களை மனைவி தோப்புக்கு அனுப்பி வைத்தாள். சந்துரு அண்ணன் ஓடி மறைந்த விஷயம் அவளைக் கொஞ்சமும் பாதிக்கவில்லை. நேரம் இருட்டியதும் முற்றத்தில் பறித்துப் போட்ட பாக்கு ஒரு குன்றாகக் கிடந்தது.

சிதறி ஓடிய பாக்குகளை ஒரு வாரியலால் மனைவி ஒழுங்குபடுத்திக் கொண்டிருந்தாள். சிவப்புப் பிழம்பாகத் தோன்றிய பழுத்த பாக்கிலிருந்து ஒரு வெளிச்சம் மெதுவாக இருட்டைக் கலைக்கப் பொங்கி வந்தது.

அன்றைய வேலையை முடித்த ஆட்கள் கலைந்து சென்றனர்.

இரவில் அதுவுமிதுவும் யோசித்தபடி கண் விழித்துப் படுத்துக் கிடந்த என்னைப் பார்த்து மனைவி சொன்னாள்:

"சந்துரு அண்ணன் போன பிறகுதான் நேரா மூச்சு விட முடிந்தது. அவர் நிஜமாகவே திருடன்தானா?" நான் எதுவும் சொல்லவில்லை.

என் மௌனத்தைப் பார்த்து அவள் மீண்டும் கேட்டாள்:

"அவர் அந்தக் காலத்தில் இங்கேயிருந்து என்னதான் திருடினார்?"

"ஒரு குலை பாக்கு," என்றேன்.

அப்போது இருட்டிலிருந்து ஒரு விசும்பல் ஒலி கேட்டது.

மணல் வீடு
ஆகஸ்ட் 2023

✻✻✻

ஒரு ரயில் பயணத்தில்...

தன் சிகரெட்டைப் பழுத்த மின்சாரச் சுருளில் அழுத்தி புகைவிட்டபடி அந்த இளைஞன் கேட்டான்:

"உலகத்திலேயே மிக ஆழமான முத்தம் எது?"

"இரவு பெய்த மழைக்குப் பிறகு இலைகளின் மீது வெளிச்சம் வீழ்வதா...?" அந்தப் பெண்ணின் பதில்.

"ஏய்... உனக்குத் தெரியலெ..." இளைஞன் அவள் அமர்ந்திருந்த பெஞ்சை நெருங்கினான். அதன் ஈரமான ஓரத்தில் பூஞ்சை படர்ந்திருந்தது.

"சிகரெட்டும் மின்சாரச் சுருளும் சேர்ந்து கொடுக்கும் முத்தம்தான் அது. நெருப்புத் தெறிக்கும் சிநேகம்."

பழுத்த சுருளுக்குப் பக்கத்தில் சிகரெட் ஒரு மகுடியாகும்போது பெரிய பாம்பைப்போல் சுற்றி வரிந்து மெதுவாக அவிழ்ந்து போகிறது புகையின் ஆழ்மன அமைதி.

அந்த பில்டர் சிகரெட்டை இழுத்துப் புகைத்தான்.

ரயில் வண்டி வந்துகொண்டிருந்தது.

அவள் எழுந்து முன் பக்கத்துக்கு நடந்தாள்.

அவளது கைக்கடிகாரத்தின் ஸ்ட்ராப்புக்குப் பொருத்தமான கருப்பு ப்ரீஃப் கேஸுடன் தனக்கு ஒரு சுவடு முன்னராகக் கைகளை நீளவாக்கில் வீசியபடி நடந்தான் அவள் காதலன். அந்தச் சுறுசுறுப்பில் அவளுக்கு அது வரையில் தோன்றியிருந்த லேசான பயமும் இல்லாதாயிற்று. இஞ்சின் ட்ரைவர் இரண்டு பேரையும் மிக உன்னிப்பாகக் கவனித்தபடி திரும்பிப் பார்த்தார்.

ரிசர்வேஷன் பெட்டியில் வழக்கத்தைவிடக் கூட்டம் குறைவாகவே இருந்தது. யாருமில்லாத ஒரு மூலையைத் தேர்ந்தெடுத்து அந்தப் பெண்ணின் கையிலிருந்து தோல் பையை வாங்கி பெர்த்தின் மீது தூக்கிப் போட்டுவிட்டு உதட்டிற்கு வந்த புன்சிரிப்பை முடிந்தளவு கட்டுப்படுத்திக் கொண்டு அவன் சொன்னான்: “இங்கே உக்காரலாம்.” அவளின் பெருமூச்சு அவன் தோள்மீது பட்டது. அதில் கொஞ்சம் பதட்டத்தின் வெம்மை இன்னும் மீதமிருக்கிறதென்று அவன் புரிந்துகொண்டான்.

தன் மடியில் இறகுகளால் முடையப்பட்ட ஒரு சிறு பையுடன் அந்தப் பெண் ஜன்னலோரமாக அமர்ந்தாள். ரயிலின் ஓட்டம் சற்று வேகம் குறைந்தது. கைப்பிடிகள் உடைந்து போன ஒரு பாலமும் கடந்துவிட்டால் ரயில் அடுத்த ஸ்டேஷனில் நிற்கும். நேசிக்கத் தொடங்கிய பிறகு அவர்கள் இருவரும் ஒன்றாக, அதுவும் ஒட்டிக் கொண்டு உட்கார்ந்துள்ள பயணம் இதுதான் முதல்முறை.

வண்டி நின்றது.

தாங்கள் உட்கார்ந்திருக்கும் திசையை நோக்கி வேறு யாராவது கடந்து வருவார்களா என்று இளைஞன் கவலைப்பட்டான். அந்தப் பெண் வெளியே பார்த்தாள். ஒரு குடையின் கீழே, நான்காக மடித்த செய்தித்தாளைப் படித்துக்கொண்டிருக்கும் ஒல்லியான ஒரு மனிதனைத் தவிர ப்ளாட்ஃபாமில் எவருமில்லை.

வண்டி அசையத் தொடங்கியதும் அந்த மனிதர் ஒரு சிறுவனுடன் கம்பார்ட்மென்ட்டுக்குள் ஓடியேறினார். இரண்டு கைகளிலுமாகப் பெட்டியையும் உப்பி நின்ற ஒரு பையையும் தூக்கிக்கொண்டு சிறுவனுக்குப் பின்னால் ஓடி வந்த அவரைப் பயணிகளெல்லோரும் கடுமையாகப் பார்த்தனர். அவர்கள் இருவரும் காட்டிய அந்த சாகசம் பார்த்துக்

கொண்டிருந்தவர்களில் ஒரு நிமிடமாவது சிறு நடுக்கம் ஏற்படுத்தியது.

சிறுவன் சொன்னான்: "பப்பா... இங்கே போதும்."

லக்கேஜை அந்தப் பெண்ணின் பைக்குப் பக்கத்தில் வைத்துவிட்டு வலியுடன் அவர் தன் கையை உதறினார்.

இளைஞன் ஏமாற்றத்தோடு பெண்ணைப் பார்த்தான். அவள் கர்ச்சீப்பை வாயில் பொத்தி வைத்துச் சிரிக்கத் தொடங்கினாள். இளைஞனின் வலப் பக்கத்து ஜன்னலருகில் அவர்கள் விழாத குறையாக வந்து தொப்பென்று உட்கார்ந்தனர். அந்த நேரம் இளைஞனின் உடம்பிலிருந்து கைப்பேசி ஒலித்தது அந்தப் பெண்ணுக்குக் கேட்டது.

"You kissed her...?"

கைபேசியின் ஸ்க்ரீனில் கேள்வி தெளிந்து வந்தது. இளைஞன் தன் நிழல் படர்ந்த கண்களைச் செய்தியின் பக்கம் திருப்பி கைப்பேசியைத் திரும்ப பழைய இடத்தில் வைத்தான்.

"யாரது?" அந்தப் பெண் கேட்டாள்.

"ராகேஷ்"

"அவன் கிட்டெ நீ எனக்கு முத்தம் தரப்போறேன்னு மொதல்லயே சொல்லியிருந்தியா?"

ஆமாம் என்ற அர்த்தத்தில் முணுமுணுத்தான்.

"ச்சே!" பெண்ணின் முகம் இருண்டுவிட்டது.

அவன் சற்றுத் தள்ளியமர்ந்து கால் மேல் கால் வைத்து ஷூவின் முனையை ஆட்டிக்கொண்டு ஸ்டார் டஸ்ட் பத்திரிகையின் பக்கங்களைப் புரட்டினான்.

பப்பா தந்த படக் கதைகளில் எதைத் தேர்ந்தெடுப்பது என்ற கேள்வியிலிருந்தான் சிறுவன். அழுக்குபடிந்த அவனின் ஜீன்ஸ் பேன்ட்டும் குறும்புத் தனத்தால் அதிவேகமாக அசைந்து கொண்டிருந்த அவனது ஈரமான கண்களும் இளம் கறுப்பு நிறமும் நெற்றியில் விழுகின்ற தலைமுடிச் சுருள்களின் அகங்காரமும் அவளது ஆர்வத்தைத் தூண்டியது. அந்தச் சிறுவன் ஓரக் கண்ணால் அவளையும் இளைஞனையும்

பார்த்துக் கொள்வது தெரிந்தது. அவனது பப்பாவோ எதையும் கண்டுகொள்ளாமல் கால்குலேட்டரையெடுத்து முக்கியமான கணக்குகளைப் பூர்த்தி செய்வதிலேயே மும்முரமாக இருந்தார்.

அந்தப் பெண் இளைஞனின் மௌனத்தைக் கண்டு கேட்டாள், "என்ன... வருத்தமாயிடுச்சா?"

"ஒண்ணும் வேணாம்... உனக்கு என் மேல வெறுப்பு..."

"ஹோ," என்று தலையில் கை வைத்தாள்.

கோவித்துக் கொண்ட அவனின் மனநிலை சீக்கிரம் பழைய நிலைமைக்கு வராதென்று அவனை ஏற்கெனவே அறிந்ததனால் அவள் புரிந்துகொண்டாள். இருந்தாலும் இந்த நிலைமையிலிருந்து மாற ஒரே வழியென்று நம்பி அவள் அவனிடம் கேட்டாள்: "பாருப்பா... நமக்கு அந்தக் கருப்பனைப் போல ஒரு ஆண் பிள்ளை போதும்... இல்லெ?"

"உனக்கு வேறொண்ணும் சொல்றதுக்கில்லையா?" இளைஞன் கேட்டான்.

பெர்த்துக்கு அருகிலிருந்த ஜன்னல் கம்பிகளில் கால்களைக் கோர்த்து சிறுவன் தலைகீழாகத் தொங்கினான். அவன் தந்தை கால்குலேட்டரிலிருந்து முகத்தை நிமிர்த்தி "ஜாக்கிரதை" என்றார்.

பயணத்துக்கிடையில் கிடைத்த நேரத்தைக் கூட ஓர் அந்தரங்க அறையாக மாற்றி கால்குலேட்டருக்கும் எண்களுக்கும் இடையில் மாட்டிக்கொண்டு நெற்றி வேர்க்கும் அவரைப் பார்த்து இளைஞன் முணுமுணுத்தான்: "ஒரு போர் பேர்வழி!"

அங்கிருந்த பயணிகள் அனைவரும் பதட்டப்படும் விதம் சிறுவன் கம்பார்ட்மென்ட் முழுவதும் ஓடிக்கொண்டிருந்தான். இடையில் எதிர்பாராத நேரத்தில் சட்டென்று வந்து பெர்த்தின் மீது ஏறுவான். உடனே கீழே குதித்து கதவு பக்கம் பாய்வான்... கொஞ்ச நேரம் சத்தமில்லாமல் மழையைப் பார்த்துக்கொண்டிருப்பான். பிறகு கதவோரம் கைப்பிடியில் பிடித்துச் சற்றும் பயமின்றி மின்னல் வேகத்தில் பின் நோக்கிப் பாயும் வீடுகளையும் பசுமையான இடங்களையும் வேடிக்கை பார்ப்பான். தன் நண்பர்கள் யாரும் உடனில்லாத

ஒரு விடுமுறைக்கால வினோதம் போல அதையெல்லாம் தனக்குத்தானே ரசித்தான்.

கொஞ்ச நேரத்துக்குப் பிறகு ஏதோ ஒரு பயணி அந்தப் பையனின் தோளில் கைப்போட்டுக் கொண்டு அவன் தகப்பனின் முன் நின்றான்.

"மிஸ்டர், உங்க மகன் அந்தக் கதவுகிட்டெ நின்னு ஏதாவது அசம்பாவிதத்தை வரவழைப்பான். நாக்கை வெளியே நீட்டி மழைத் தண்ணியைக் குடிக்கிறானாம். கால் மட்டும் கொஞ்சம் தவறினாலும், அப்புறம் சொல்லிப் புண்ணியமில்லெ..." அவர் மௌனமாகச் சிரித்தாரே தவிர பயணியிடமோ பையனிடமோ எதுவும் சொல்லவில்லை பயணி திரும்பிச் சென்றதும் அவர் தன் மகனைப் பார்த்துக் கண் சிமிட்டினார். அவன் மீண்டும் மழை நீருக்காக எதிர்ப்புறம் இருந்த கதவை நோக்கி ஓடினான்.

அந்தப் பெண் சொன்னாள்:

"நம்ம பையனெ அஞ்சு வயசுக்கப்புறம் ஏதாவது கிராமத்துப் பள்ளிக்கூடத்திலெ சேத்துடலாம்.."

"நீ ஒரு கனவு காணும் ஜீவி!" என்றான் கோபம் தலைக்கேற.

"கனவு காண்பதில் தப்பென்ன?"

"எட்டாம் கிளாஸ் பசங்க எல்லாம் இன்டர்நெட் வரைக்கும் கையாள்றாங்க. இந்தக் காலத்தில் நீயும் உன்னோட கிராமத்துப் பள்ளியும்!"

அந்தப் பெண்ணின் அகல விரித்த விரல்களின் மீது இளைஞனின் உள்ளங்கை மெல்லப் பதிந்தது. முதலில் எதிர்த்து நின்ற விரல்கள் மெதுவாக அடிபணிவது அவனுக்குப் புரிந்தது. அவனின் துடிக்கும் உதடுகள் அந்தப் பெண்ணின் கன்னத்தின் பக்கம் தாழ்ந்து வந்தது. சட்டென்று தன்னைச் சுதாரித்துக் கொண்டு அவள் தன் கையைத் தூக்கி மேல்பக்கம் சுட்டிக் காட்டினாள்.

அங்கே தலைக்கு மேலே நட்சத்திரக் கண்கள் பதித்த தலையை மட்டும் பெர்த்துக்கு வெளியே தொங்கவிட்டு குப்புறப்படுத்திருந்தான் குட்டி டார்ஸன்.

இளைஞனுக்கு எரிச்சல் தலைக்கேறியது.

பையனின் அப்பா கால்குலேட்டரைக் கீழே வைத்துவிட்டு எழுந்து நின்றார். கைகளை விரித்து விரலின் மூட்டுக்களை சொடக்கு எடுத்து கொட்டாவி விட்டார். பையனின் பாதத்தைத் தட்டினார்.

அவன் அசையவில்லை.

“மணி ஒண்ணரையாவுது. நாம சாப்பாடு சாப்பிட வேணாமா?” என்று கேட்டார் அவர்.

“எனக்கு வேண்டாம்.”

“அதெல்லாம் முடியாது. காலையிலே சாப்பிட்ட ரெண்டு இட்லி மட்டும்தானே உன் வயித்துலெ இருக்கு?”

அவர் அவனின் உள்ளங்கையைச் சொறிந்து கிச்சு கிச்சு மூட்டினார். குலுங்கச் சிரித்துக்கொண்டு பையன் கீழே இறங்கி வந்தான். தன் பப்பாவின் வயிற்றில் வலிக்காத மாதிரி இரண்டு குத்துவிட்டான்.

அவர் தன் பையிலிருந்து இரண்டு பொட்டலங்களையெடுத்து சீட்டில் பரப்பி வைத்துக் கட்டவிழ்த்தார். வதக்கிய வெங்காயம் தூவிய கைக்குத்தலரிசி சாதம் மற்றும் வெந்த வாழையிலையின் வாசனை வந்தது.

அந்தச் சாதத்தின் மீது பருப்புக்குழம்பை ஊற்றினார்.

இரண்டாக வெட்டிய ஒரு துண்டு வடுமாங்காவையும் இலையில் பரிமாறியதும் அந்தப் பெண் ஆசையாக இளைஞனின் காதில் கிசுகிசுத்தாள்:

“எனக்கு வாயில் எச்சில் வந்து மாளலெ.”

“நீ கொஞ்சம் பேசாம இருக்கியா?” இளைஞன் அவளைக் கடிந்தான்.

பெரியவர் சாப்பிட ஆரம்பித்ததும் சிறுவன் அதில் பங்கு கொள்ளாமல் முகத்தை இறுக்கமாக வைத்து உட்கார்ந்திருந்தான்.

“என்னாச்சு?” என்றார் அவர்.

“அன்னப் பறவை வராமல் நான் சாப்பிட மாட்டேன்.”

“அய்யோ நான் அதை மறந்தே போயிட்டேன்,” என்றார் பெரியவர் குற்ற உணர்வுடன்.

பிறகு அவனது இலையிலிருந்த சோற்றைப் பிசைந்து புறா முட்டையளவு சிறிய உருண்டைகளாக்கி இலையில் வைத்தார். உதட்டில் ஒரு குறும்புச் சிரிப்பு வரவழைத்துச் சற்று நேரம் தியானம் செய்வது போல் கண்களை மூடி, பிறகு சொன்னார்:

“பாரு... பாரு... ரொம்ப தூரத்திலேருந்து ஒரு அன்னப்பறவை உணவு தேடி பறந்து பறந்து வந்ததாம். அது எதுவுமே சாப்பிடாமெ பசிதாங்க முடியாமெதானே அந்தச் சிறகெல்லாம் சோர்ந்து போயிருக்கு? ஓஹோ! அப்போ இந்தச் சாத உருண்டைக்காகத்தானே நீ வர்றே? இது உனக்குக் கெடச்ச மாதிரிதான். பாக்கலாம்... என்னெ ஏமாத்தி உருண்டையை நீ கொத்திக்கிட்டுப் போவியா பாக்கலாம்...”

பையனின் உதட்டில் ஒரு கள்ளச்சிரிப்பு தெரிந்தது.

அவனுக்கு அன்னப் பறவையின் வண்ணச் சிறகுகள் முளைத்துவிட்டன. அந்தப் பெண்ணின் பையில் உள்ளது போல பலவித வண்ணங்களுள்ள இறகுகள். அதில் குண்டுமணி கற்களும் பளபளத்தன.

அவன் பப்பா ஒவ்வொரு முறையும் கண்ணை மூடித் திறப்பதற்குள் அன்னப் பறவை உருண்டைகளை ஒவ்வொன்றாய் கொத்தியெடுத்துப் பறந்துவிடும். அவர் முகத்தில் ஆச்சரியமும் இயலாமையும் காட்டி அவன் இலை காலியாகும் வரை சச்சரவு செய்தார்.

இதையெல்லாம் ஆர்வமாகப் பார்த்துக்கொண்டிருந்த பெண்ணைப் பார்த்து அவர் கண் சிமிட்டினார்.

இளைஞன் இதிலொன்றும் பங்குகொள்ளாமல் ஸ்டார் டஸ்ட் பத்திரிகையிலேயே மூழ்கியிருந்தான்.

காவல்காரனை ஏமாற்றியதில் உண்டான மகிழ்ச்சியுடன் அலகுகளை மரக் கொம்பில் உரசி, நனைந்த இறக்கைகளைப் படபடவென உதறி அன்னப் பறவை மழை மேகங்களுக்கப்பால் பறந்து போயிற்று. அவர் தன் இருக்கையிலும் கீழேயும் சிந்திய பருக்கைகளைப் பொறுக்கியெடுத்தார். ஒரு காகிதத்தைக் கிழித்து உட்கார்ந்த இடத்தைத் துடைத்துச் சுத்தமாக்கினார்.

கை கழுவி வந்து சூட்கேஸையும் மற்றவைகளையும் ஓர் இல்லத்தரசியின் கரிசனத்தோடு அடுக்கி வைத்தார்.

கர்ச்சிஃபை மடக்கிக் கழுத்தின் பின்புறத்தைத் துடைத்தார். பிறகு ஒரு சிகரெட்டைப் பற்ற வைத்து பிடிப்பீர்களா என்று பவ்யமாக இளைஞன் பக்கம் சிகரெட் பெட்டியை நீட்டி வினவினார்.

இளைஞன் அதை ஏற்றுக்கொள்ள மறுத்தான்.

“நீ புகைப்பிடிப்பியே...?” என்று அந்தப் பெண் அவன் காதில் கிசுகிசுத்தாள். அவன் தன் முகத்தை வெடுக்கென்று திருப்பினான்.

சிறுவன் மழை பெய்யும் ஜன்னலுக்கு நேராகப் படுத்தான். அவனுடைய அப்பா ஒரு சின்ன டேப்ரெகார்டரில் தலத்து அஸீஸின் பாடல்களும் கஜல்களுமடங்கிய ஒரு கேசட்டை போட்டு சத்தத்தைக் குறைத்து மடியில் வைத்தார்.

“கர் கீ உஜியாரே சோஜாரே ...

டாடி தேரே ஜாகே தூ சோஜாரே...”

அமைதியான ஏதோ ஒரு நதிக்கரையில் தனிமையாக இருப்பதுபோல அந்தப் பெண்ணுக்குத் தோன்றியது. தொலைவில் மேகங்கள் திரண்ட வானின் கீழே நிழல் கூடத் துணையின்றி மரங்களெல்லாம் மௌனமாவதைப் பார்த்தபடி உட்கார்ந்திருந்தாள்.

காசு தர மாட்டேன் என்று சொல்லி இளைஞனால் நிராகரிக்கப் பட்ட குருடனும் கிழவனுமான பிச்சைக்காரன் அவர் பக்கம் கையை நீட்டுகிறான். அவர் பேன்ட்டின் பாக்கெட்டில் சில்லறையெதுவுமில்லை. இருந்தும் அந்தப் பிச்சைக்காரனை வெறும் கையோடு திருப்பியனுப்ப மனமில்லாமல் தன் சூட்கேஸைத் திறந்து அதன் உள்ளே எங்கேயோ மிச்சமிருந்த இரண்டு ரூபாய் நாணயத்தை எடுத்துக்கொடுத்தார்.

கேசட்டின் ஒரு பக்கம் பாடி முடிந்ததும் அவர் டேப்ரெக்கார்டரை அணைத்துவிட்டார். இளைஞனைப் பார்த்து பிரகாசமாகச் சிரித்தார். பிறகு அவர்கள் இருவரும் உட்கார்ந்ததற்கு எதிர்புறமாக முகத்தைத் திருப்பித் தூங்கி வழிய ஆரம்பித்தார். தெரிந்தோ தெரியாமலோ எதையும்

இம்சைப்படுத்தக் கூடாதென்ற மனப்பான்மையுடையவர் என்பது அவரின் ஒவ்வொரு அசைவிலும் தெரிந்தது. டார்ஸன் கம்பார்ட்மெண்டில் வேறெங்கோ இருந்தான்.

இளைஞனின் முகம் பதட்டத்தோடு பெண்ணை நெருங்கியது. ஆனால் குறிப்பிட்ட இலக்கை அடைவதற்குள் ஒரு கொடியால் செய்த ஊஞ்சல் காற்றோடு சேர்ந்து மரங்களை உரசிப் பறந்து வந்தது.

அவர்களிருவருக்கும் இடையில் தாவி வந்து குதித்த சிறுவனைப் பார்த்து இளைஞன் தன் சிவந்த கண்களை உருட்டினான்.

அவள் தன் எதிரில் பார்வையைச் செலுத்தியபோது அந்தப் பெரியவர் மதிய மயக்கத்திலிருந்து விழித்து மழைக்குள் விரல்களை நீட்டிக் கொண்டிருந்தார். மழைத்துளிகள் மொட்டுக்களாக அமர்ந்திருந்த விரல்களை நாக்கின் நுனிக்குக் கொண்டு வந்து மழையின் ருசியில் அவர் மெய்சிலிர்த்தார். பக்கத்திலிருக்கும் பெண் இதையெல்லாம் கவனிக்கிறாள் என்று தெரிந்ததும் அவர் செயற்கையாக முகத்தில் கடுமையான பாவத்தைக் கொண்டு வந்தார்.

திடீரென சிறுவன் ஓடிவந்து அவன் பப்பாவை உரக்கக் கூவி அழைத்தபடி பெர்த்தின் மீது குதித்து ஏறி வண்டியின் அபாயச் சங்கிலியைப் பிடித்துத் தொங்கினான். வண்டியே சற்று ஆடி உலைந்தது. பெரியவர் பதட்டத்துடன் குதித்தெழுந்தார்.

மகன், அவர் கையைப் பிடித்து இழுத்து அந்த ரயில் பெட்டியின் கடைசிக்கு ஓடிப்போனான். அந்தப் பெண்ணோ தண்டவாளம் பக்கம் ஏறிட்டுப் பார்த்தாள்.

ரயில் ஒரு மணல் மேட்டில் அசையாமல் நின்று கொண்டிருந்தது.

ஐந்தாறு பெட்டிகளுக்கப்பால் தண்டவாளத்தில் ஜனங்களின் கூச்சல் சத்தம் கேட்கிறது.

“நீ போயி என்னன்னு பாரேன்,” அவள் இளைஞனிடம் சொன்னாள்.

“இந்த மழையிலா?” அவன் அதற்கு இசையவில்லை. மற்ற பலரும் தண்டவாளத்துக்குள் இறங்கி மக்கள் கூட்டத்துக்கு நேராக நடந்தார்கள்.

"நான் உனக்கு இப்போ முத்தம் கொடுக்கப் போறேன்" - அவன் வலுக்கட்டாயமாக அவளைத் தன் முன்னால் பிடித்து நிறுத்தினான்.

அவன் முகத்தின் ரத்தக்களை ஏறிக்கொண்டே போவது அவளை பயமுறுத்தியது. அவனைப் போர்த்தியிருந்த ஓடு ஒரு களிமண் சிலையைப்போல் உடைந்து பிய்ந்து வருவதும் அதற்குள்ளேயிருந்து கொடிய பசியுடன் ஒரு விகாரமான மிருகம் அவதரித்து வருவதும் அவளைத் திகைப்புக்குள்ளாக்கியது.

அவனைப் பலமாகப் பிடித்துத் தள்ளினாள்.

இளைஞன் திடுக்கிட்டுக் கேட்டான்:

"என்னாச்சு உனக்கு?"

கண்களில் நீர் தளும்பி வழிந்ததே தவிர அவள் ஒன்றும் பேசவில்லை.

கம்பார்ட்மென்ட்டுக்கு மக்கள் திரும்பி வந்துகொண்டிருந்தனர்.

"யாராவது தலையெ வச்சாங்களா?" அவள் கேட்டாள்.

அந்தப் பெண்ணின் கேள்வியைக் கேட்டு ஒருத்தனுக்குச் சிரிப்பை அடக்கமுடியவில்லை.

"யாரும் ஒண்ணும் சாகலெ. அந்த அப்பாவும் பையனும் இருக்காங்களே, சரியான பைத்தியம்தான். கொஞ்ச முன்னாடி பிச்செ கேட்டு வந்த பார்வையில்லாத கிழவனில்லெ? அவரோட தடி வண்டியிலேருந்து கீழே விழுந்திடுச்சு. அதைப் பாத்து அந்தப் பிள்ளையாண்டான் மேலே ஏறி சங்கிலியெ இழுத்துட்டான். அந்த அப்பன் என்னடான்னா பையனுக்கு சப்போர்ட்டு. ரெண்டு பேரும் சேர்ந்து தடியெ கண்டுபிடிச்சு குடுத்துட்டாங்க."

அந்தப் பெண் கண்ணைத் துடைத்துக் கொண்டிருக்கையில் கொஞ்சம் நிறுத்தி அவன் மீண்டும் தொடர்ந்தான்:

"எதுக்கு அழறே? சும்மா இல்லம்மா. அந்த ரெண்டு பேருக்கும் வீரசாகசத்துக்கு அவார்டு கொடுக்கப் போறாங்களாம். ரெயில்வேயுடைய ஆயிரம் ரூபா அபராதம்!"

பின்னால் தொடர்ந்து வந்த இன்னொரு கும்பல் ஆர்ப்பரித்துச் சிரித்தது. இளக்காரமும் கிண்டலும் அதிகமாகக் கேட்டதும் அவள் தன் பேக்கைத் தோளில் மாட்டிக்கொண்டு தண்டவாளத்துக்கு இறங்கினாள். கைவிரலில் பிடித்துக்கொண்டு தோல்வி கண்ட மௌனத்தில் அப்பாவும் பையனும் கம்பார்ட்மென்ட்டுக்குத் திரும்பி வருவதைத் தொலைவிலிருந்து அவள் கவனித்தாள்.

கருங்கல் துண்டுகளில் அழுத்தி மிதித்து முன்னால் நடந்து செல்கையில் மனக் குழப்பத்துடன் ஓடி வந்த இளைஞன் அவளைத் திரும்பி வருமாறு சத்தமாக அழைத்தான்.

"என்னாச்சு உனக்கு?" என்று கேட்டபடி தன்னைப் பின் தொடர்ந்து வரும் அவனிடம் மனத்தின் சமன் நிலை மாறாமல் அந்தப் பெண் சொன்னாள்:

"என் குழந்தைக்கு ஒரு நல்ல தகப்பன் வேணும்."

அவளையும் தாண்டி ரயிலும் இளைஞனும் மரங்களுக்கிடையில் மறைந்துபோயின. நடந்துகொண்டிருக்கையில் மழை நின்றபின் இலைகளில் வெளிச்சம் வீழ்வதை அந்தப் பெண் கவனித்தாள்.

தமிழ்ப் பல்லவி
அக்டோபர்-டிசம்பர் 2023

∗∗∗

சுவாசம்

“விகாஸ், இது என்னுடைய கடைசி வேண்டுகோள். இதற்குப் பிறகு நான் இதைப்பற்றி உங்களிடம் பேசவோ சண்டை போடவோ மாட்டேன். மிக லேசாக முகத்தைத் தூக்கி வைப்பது கூட அனாவசியமென எனக்குத் தோன்றத் தொடங்கி பல மாதங்களாகி விட்டன.

அதனால்தான் இது என் கடைசி கோரிக்கையென்று முதலிலேயே சொல்லி வைத்தேன். எனக்குத் தெரியும், எப்போதும் போல, நான் இப்போது சொல்வதையெல்லாம் நீங்கள் கவனமாகக் கேட்பீர்கள். இன்று முதல் எல்லா விஷயங்களும் மிக சீரியஸாக எடுக்கப்படும் என்ற ஒரு நம்பிக்கை மற்றவர்கள் மனதில் வளர்த்துவதில் உங்களைவிட கெட்டிக்காரரர் யாருள்ளனர். ஆகையால் நான் இங்கே வளவளவெனப் பேசுவதற்கிடையில் நீங்கள் தலையாட்டுவீர்கள், பின்னர் சொன்ன விஷயத்தின் முக்கியமான பாகங்களை ஓர் அர்த்தம் பொதிந்த ஊம் கொட்டும் ஓசையால் அலங்காரம் செய்வீர்கள். கடைசியில் விஷயத்துக்கு வரும்போது நாய் வாலைப் போல உங்கள் மனசு திரும்பவும் கட்சி எடுத்த முடிவுக்கு வளைந்து கொடுக்கும்.

அவர்கள் உங்களுக்கு வீர ரத்தத்தின் மாலையணிவித்து எப்போதும் போல ட்ரேட் யூனியன் செக்ரட்டரியின் நாற்காலியில் அமர வைப்பார்கள். இது தொடர்ந்தாற்போல்

பதிமூணாம் வருஷமும் கிடைத்த செக்ரட்டரி பதவி. போதாக் குறைக்கு போட்டியில்லாமல் நிரந்தரமாக இந்தப் பதவியை அலங்கரிக்கும் அபூர்வ ஆளுமை தோழர் பிகாஷ் ராய் என்று தொழிலாளர் சங்கத்தின் முதிர்ந்த தலைவரும் உங்கள் தந்தையாரின் அருமைச் சீடருமான சசிபூஷண் வங்க மொழியில் பதினைந்து நிமிடத்துக்குக் குறையாமல் சிலாகித்துப் பேசுவார்.

அவர் உங்களைப் பற்றிச் சொல்லுவதெல்லாம் வார்த்தைக்கு வார்த்தை சரியேயென்று மனைவியான என்னை விட நன்றாக இந்தத் தொழிற்சாலையின் ஏழாயிரத்துக்கு மேல் இருக்கும் தொழிலாளிகளுக்குத் தெரியும். அவர்கள் உங்களை நிராகரிக்கத்தக்க சின்னதொரு தவறு கூட தலைவரென்ற நிலையில் உங்கள் வசமிருந்து ஏற்படவில்லை. ஒரு எதிராளியின் நிழல்கூடப் பக்கத்தில் இல்லாமல் முற்றிலும் தனியொரு மனிதனாகச் சென்ற பதிமூன்று வருஷங்களாக நீங்கள் அந்த நாற்காலியில் அமர்ந்திருக்கிறீர். தொழிலாளிகளுக்காக இரவு-பகல் பாராமல் உழைக்கிறீர்.சம்பளத்தைக் கூட்டி வாங்குவதற்காக மட்டும் கொடி பிடிப்பவர்கள் என்ற கெட்ட பெயரை மாற்றிச் சமூகத்தின் மாற்றத்துக்காகப் பாடுபடுபவர்கள் என்ற பதவிக்கு அவர்களை உயர்த்தி வைக்க உங்களால் முடிந்தது. உங்கள் உடல் உபாதைக்குச் சரி வராதவாறு வளர்ந்து தழைத்த அகேஷியா மரங்கள் அனைத்தையும் வெட்டி மாற்றி தொழிற்சாலை வளாகத்துக்குள்ளேயே ஆச்சரியப்படும் விதம் ஒரு வனத்தையே உருவாக்கினீர்கள். கலப்புத் திருமணத்தின் வழியாகத்தான் ஜாதி மத பேதங்களைத் தொழிலாளர்களிடையிலிருந்து ஒழித்துக்கட்ட வேண்டுமென்று நீங்கள் மேடையில் பேசியபோது பழமைவாதியான குடும்பப் பின்னணியில் வளர்ந்த பெண்ணாயிருந்தும் நான் ஏதாவது எதிர்த்துப் பேசினேனா? எத்தனை எத்தனை தோழர்கள் நம் சின்ன அபார்ட்மென்ட்டுக்கு வந்து சாப்பிட்டுச் சென்றிருக்கின்றனர்? அவர்களின் எச்சில் தட்டுகளைக் கழுவி பிறகு ஈரமான உள்ளங்கையை என் பருத்திச் சேலையின் முந்தானையில் அழுத்தித் துடைக்கையில், விகாஸ், நீங்கள் என் பின்பக்கம் வந்து வழக்கமாகச் சொல்லும் “சாரி, அருணா. நீ ரொம்பவும் சோர்ந்து போயிட்டே, இல்லெ?” என்ற மன்னிப்புக் கோரும் வாக்கியமே போதுமே எனக்கு அந்த நாள் முழுவதும் மகிழ்ச்சியாக இருக்க? உங்களைப்

போன்ற ஒரு நிஜமான கம்யூனிஸ்டின் மனைவியாக முடிந்தது என்பதைவிட எனக்கு வேறென்ன பாக்கியம் வேணும்? ஆனால் நான் இப்போது பேசுவது தோழர் விகாஸ் ராயியோடல்ல. தீவிரமான நிலைமையில் ஆஸ்த்மா வியாதிக்குக் கீழடங்கிய என் கணவனிடம்தான். எத்தனைக் காலம் இப்படி உங்கள் உடம்பைப் புறக்கணித்து சதா இன்ஹேலரைச் சட்டைப் பையில் வைத்துக்கொண்டு வாழ்வீர்கள்! இதிலுள்ள கார்ட்டிஸோன் எனும் மருந்து உங்கள் எலும்புகளை முட்டையின் ஓட்டினைவிட பலவீனமாக்கிவிடும். நடந்துபோகையில் ஒருநாள் உங்கள் உடம்பு மிகப் புராதனமான ஒரு நினைவு மண்டபத்தைப் போல நொறுங்கிவிழும். இனிமேலாவது இந்த செக்ரட்டரி பதவியைத் துறந்துவிட்டு கொஞ்ச காலத்துக்காவது சொந்தம் நோய்க்குச் சிகிச்சை செய்வதைப் பற்றி யோசியுங்கள். நீங்கள் எப்போதும் சொல்வது போல கம்யூனிஸ்ட்காரனுக்கு வயசாகாது. ஆனால் மனுஷ உடம்புக்கு வயசாகும். விகாஸ், போன மார்ச் மாதத்தில் உங்களுக்கு அறுபது வயதாகிவிட்டது.

கைகளைப் பின்பக்கமாகத் தரையில் ஊன்றி சிறிது நேரம் உட்கார்ந்தீர்கள். கொஞ்சம் சூடான தண்ணீர் குடித்தீர். நான் ரொம்ப நேரம் உங்கள் முதுகைத் தடவி சூடாக்கிய பிறகுதான் உங்களால் படுக்கையறைக்கு நடந்து போக முடிந்தது. அத்துடன் அந்தப் பிறந்த நாளின் சுவாரஸ்யமே நஷ்டமானது போல எனக்குத் தோன்றியது. ஒரு பக்கம் உங்களுக்கு உங்கள் வயதின் சுவையை ரசிக்க முடியாமல் போய்விட்டது. ஆனால் இன்னொரு பக்கம் ஒரு கட்சி உங்களை ருசித்துத் தின்று முடிக்கிறது என்பது உங்களுக்குப் புரியவில்லை. மூச்சை கெட்டியாகப் பிடித்துக் கொண்டு நீங்கள் பரிதாபமாக ஓடிக் கொண்டேயிருப்பதை இனிமேலும் என்னால் பார்த்துக்கொண்டிருக்க முடியவில்லை. அதனால்தான் சென்ற மாதம் நான் கல்கத்தாவிலிருந்து புவனேஷ்வரிலுள்ள என் அம்மா வீட்டுக்குச் சென்றுவிட்டேன். தோழர் சசிபூஷனின் கோரிக்கையையும் தொழிலாளர்களின் வேண்டுகோளையும் அன்புடன் நிராகரித்து இம்முறையாவது நீங்கள் என்னிடம் வருவீர்களென்று எதிர்பார்க்கிறேன். இதை எழுதி முடிக்கையில் எல்லாவற்றையும் ஒத்துக்கொள்கிறேன் என்று வெளிப்படுத்தும் உங்களின் அந்தப் போலியான தலையசைப்பை நான் மனக்கண்ணில் காண்கிறேன். அதனால்தான் இனிமேல் நான் இதைப் பற்றி எதுவும் சொல்லப் போவதில்லையென்று

முதலிலேயே முன் ஜாமீன் எடுத்துக்கொண்டேன். விகாஸ், இனிமேல் எல்லாம் உங்கள் விருப்பப்படி."

புதன்கிழமை நடக்கப்போகும் ட்ரேட் யூனியனின் வருடாந்திர மாநாட்டில் வாசிக்க வேண்டிய ரிப்போர்ட்டைத் தயார் செய்யக் கம்ப்யூட்டரைத் திறந்தபோதுதான் கோவித்துச் சென்றுவிட்ட மனைவியின் ஈமெயில் வந்து கிடப்பதை விகாஸ் ராய் பார்த்தான். அதை வாசித்து முடித்தபோது அதுவரையில் அருணாவிடம் அவனுக்கிருந்த மனக்கசப்பு முற்றிலும் அவனிடமிருந்து கசிந்து போய்விட்டது. தான் அவளை நிரந்தரமாக ஏமாற்றுகிறான் என்ற குற்ற உணர்வு அவன் நெஞ்சை மெதுவாக அழுத்தத் தொடங்கியது. கல்யாணமான தொடக்க நாள்களில் ஹெளராவின் ஈரமான தண்ணீர் சொட்டும் தொங்கு பாலத்துக்குக் கீழே அருணாவின் கையைப் பிடித்தபடி குடையில்லாமல் நடந்து சென்றதும் பார்க் ஸ்ட்ரீட்டிலிருந்து இனிப்பு வகைகள் வாங்கிக் கொடுத்து அவளை மகிழ வைத்ததையெல்லாம் அவன் நினைவு கூர்ந்தான்.

ஆஸ்த்மா வியாதியின் தொல்லை தீவிரமான நாள் முதல் ராஜினாமா விஷயத்தைச் சொல்லி அவள் தன்னைப் பின் தொடர்ந்து நடக்கத் தொடங்கி வருடங்கள் இரண்டாகிவிட்டது. ஒவ்வொரு ஆண்டு கட்சி மாநாடு முடியும்போதும் அருணாவுக்கு ஏமாற்றம்தான் மிஞ்சியது.

"உங்களுக்கு அதிகமா மூச்சு வாங்குது என்று சொல்லியிருக்கலாமே?"

சென்ற முறை திரும்பவும் செக்ரட்டரியாகத் திரும்பி வந்து இரவு சாப்பாட்டுக்கு முன்னால் தலைகுனிந்தபடி அமர்ந்தபோது ரொட்டியையெடுத்து கன்னத்தில் அறைவதுபோலக் கோபமாகத் தட்டில் வைத்தபடி கேட்டாள் அருணா.

"எத்தனை காலம் இங்கேயே தங்கி இப்படி இழுத்துக்கிட்டு இருக்கிறது? ஒன்று ரெண்டு மாசமாவது நிம்மதியா வீட்டிலெ இருந்தாத்தானே அட்லீஸ்ட் ஒரு ட்ரீட்மென்ட்டைப் பற்றி யோசிக்கவாவது முடியும்?" என்றாள் தொடர்ந்து.

புவனேஷ்வரில் அருணாவின் வீட்டுக்குப் பக்கத்தில் ஆஸ்த்மா வியாதிக்காகத் தனிப்பட்ட சிகிச்சையளிக்கும் ஒரு நாட்டு வைத்தியர் உண்டாம். அலுவலகத்தில் லீவு போட்டு அங்கே செல்லத்தான் சொல்கிறாள். அப்படியெல்லாம் செய்தால்தான் இந்த நோயைக் கொஞ்ச நாள்களுக்காவது சமரசம் பண்ணி

கட்டுப்படுத்த முடியுமென்று அவனுக்குத் தெரியாமலில்லை. ஆனால் கட்சி ஒன்றியத்தின் பொறுப்புகள் அவன் கையிலிருந்து விலக்கி வைக்க நேரம் கிடைக்க வேண்டாமா?

“புதிய ஆட்கள் வரட்டும். அவர்கள் தலைமைப் பதவிகளை ஏற்றுக் கொள்ளட்டும்!” தோலை உரித்த உருளைக்கிழங்கை விகாஸின் தட்டில் வைத்தபடி அருணா சொன்னாள்.

“அதுதான் தேவை” என்று அவனும் ஆமோதித்தான். தன் மனைவி சொன்னதிலும் விஷயமிருக்கு என்ற அர்த்தத்தில் தலையாட்டினான். அது அருணாவை இன்னும் கூடுதலாக எரிச்சலூட்டியது.

“பின்னெ ஏன் யாரும் வரமாட்டேங்கிறாங்க? ஒரே ஒருத்தரை மட்டும் நம்பி முன்னேறணும்னு சொன்னா அது இந்த இயக்கத்தோட குறைபாடுதான்.”

“இருக்கலாம்,” என்றான் தலையை உயர்த்தாமல்.

“இருக்கலாம் இல்லெ. அப்படித்தான் இருக்கு.” அருணாவின் சுருட்டிய கை பலமாகச் சுற்றியலைப் போல மேஜை மீது வந்து பதித்தது. அதன் தாக்கத்தால் ‘டால் மக்கனி’ வைத்திருந்த பாத்திரத்தின் மூடி தெறித்து விழுந்தது. அவன் அதையெடுத்து பழையபடி பாத்திரத்தின் மீது வைத்தான்.

“அப்புறம் இன்னொரு விஷயம்...” அருணாவின் முகம் எதிரில் இருக்கும் நாற்காலியிலிருந்து விகாஸுக்கு நேராக ஒரு அரிவாள் போலக் கடந்து வந்தது.

“விகாஸ், நீங்க நெனைக்கிறீங்களா, போன பதிமூணு வருஷமா செக்ரட்டரியின் நாற்காலியைக் கட்சி மேலகம் காலியாக வைத்திருக்கிறது உங்க மேலேயுள்ள அன்பும் மரியாதையும் காரணமாகன்னு? அப்படி நெனைச்சீங்கன்னா நீங்க பெரிய முட்டாள். புதிய கட்சி மெம்பர்கள் யாருக்கும் பொறுப்பேத்துக்க முடியலெ. நீங்க மட்டும், ஆனா, எப்பவும் அதுக்கு ரெடியா இருக்கீங்க!”

விகாஸ், தன் உதட்டிலிருந்த உருளைக்கிழங்கின் சிறு துண்டுகளைத் துடைத்தபடி மனைவியைப் பரிதாபமாகப் பார்த்துக்கொண்டு சொன்னான், “அருணா, யாராவது ஒருத்தர் இதை ஏத்துக்கொள்ள வேண்டாமா?”

“உங்களுடைய அறுபது வருஷம் நீங்க கட்சிகாகக் கொடுத்தீங்க. ஒரு அஞ்சு வருஷமாவது எனக்குக் கொடுங்க...”

கண்ணில் நீர் வழியத் தொடங்கும் முன் அருணா எழுந்து சமையலறைக்குச் சென்றுவிட்டாள். அவள் கைகளின் மீது குழாய்த் தண்ணீர் கொட்டும் ஓசை அவனுக்குக் கேட்டது. இனி சாப்பாட்டு நேரம் தொடர முடியாதென்று அவனுக்குத் தோன்றிற்று.

விகாஸ் படுக்கையறையை நோக்கி நடந்தான். அங்கே புத்தக அலமாரைக்குப் பக்கத்தில் அவன் தந்தை நாபேந்து ராய் தன் நான்கு மாதமான மகனை (அவனை) எடுத்தபடி ஒரு பழைய புகைப்படம் தொங்கிக்கொண்டிருந்தது. ராணி கஞ்சில் பேப்பர் மில்லில் வேலை நிறுத்தம் நடக்கும் தருவாயில் எடுக்கப்பட்ட படம் அது.

அந்தப் போராட்டத்தில் அன்று இன்னும் பெயர் கூட சூட்டப்படாத விகாஸூம் பங்குபெற்றிருந்தான். அப்படிப் பார்த்தால் அருணா சொல்வது சரிதான். கட்சியுடனான அவன் பந்தம் தன் சொந்தப் பெயரைவிடப் பழமையானது. எல்லாவற்றையும் கட்சிக்காகத்தான் கொடுத்தான். அருணாவுக்கென்று அவன் ஒன்றுமே கொடுக்கவில்லை. ஒரு குழந்தையைக் கூட.

கம்ப்யூட்டர் சிஸ்டத்தை ஷட் டவுன் செய்து வீட்டின் மூன்றாவது மாடி பால்கனிக்கு வந்தான் விகாஸ். இது வரைக்கும் சம்பாதித்ததென்னவோ இந்த இரண்டு ரூம் அப்பார்ட்மென்ட்டும் கீழே போர்ச்சில் நிறுத்தி வைக்கப்பட்டிருந்த மாருதி எண்ணூறு காரும் மட்டுமே. இரண்டும் தொண்ணூறுகளில் வாங்கியது. அவன் தன் தொழிற்சாலை வளாகத்திலிருந்து வரும் குளிர்ந்த காற்றை எதிர்கொள்ள நாற்காலியை இழுத்துப் போட்டு உட்கார்ந்தான். இவை தன் கையால் நட்டு வைத்து வளர்த்த மரங்கள். அவை ஒவ்வொன்றும் தங்கள் இலைகளைக் காற்றுக்கு நேராக முடிந்தளவு பிடித்து வைத்துக்கொண்டு விகாஸின் மனதைக் குளிர வைத்துக் கொண்டிருந்தன. அவனோ மரங்களை எதிர்நோக்கித் தன் பலவீனமான கையை உயர்த்தினான். அதைவிடக் கூடுதலாகத் தன் சந்தோஷத்தை வெளியே காட்ட முடியாதபடி அருணாவின் ஈமெயில் கடிதம் அவனைப் பொலிவிழக்கச் செய்தது. அருணா சொல்வதிலும் நியாயமிருந்தது.

கட்சியின் கட்டமைப்புக்கு இப்போது பழைய மாதிரி பலம் இல்லாமல் போயிற்று. பல திசைகளிலிருந்து உருவாகி வந்த பற்பலவிதமான கசிவுகள் இந்த இயக்கத்தை எப்போது வேண்டுமானாலும் நொறுங்கிவிடக் கூடிய ஓர் அணைக்கட்டாக மாற்றிவிட்டது. வெறும் தண்ணீரல்ல, வரும் காலங்களை நனைத்துப் பாசனம் செய்வதற்காய்ச் சேமித்து வைத்த நினைவுகளின் ரத்தம்தான் இங்கே வீணாக வெடித்து ஓடிப் பாழாய்ப் போகிறது. எல்லாவற்றையும் இயலாமையுடன் பார்த்துக்கொண்டிருக்கத்தான் முடிகிறது. தொழிற்சாலையில் புதிதாகச் சேர வரும் இளைஞர்களைப் பார்வையிட்டாலே இந்த விஷயம் ஓரளவுக்குப் புலப்படும். ஐந்து நட்சத்திர ஓட்டலான சிக்காகோவில் (சிக்காகோ நகரில்தான் உலகிலேயே முதல் முதலாகத் தொழிற்சங்கம் ஆரம்பிக்கப்பட்டது.) நடுநிசிப் பார்ட்டி எப்போது நடக்கும் என்று நோட்டமிட்டுத் தான் தற்போது இங்கு யூனியன் மீட்டிங் நடத்தவே முடிவெடுக்கிறார்கள். இதற்கிடையில் 'லண்டனின் தொழிலாளி சமூகத்தின் நிலைமை' என்ற எங்கெல்ஸின் புத்தகத்தைப் பற்றிச் சுட்டிகாட்டுகையில் மேடைக்குக் கீழே உட்கார்ந்தபடி ஓர் இளைஞன் தன் ஸ்மார்ட் போனில் சிக்காகோ ஓட்டலின் கழிப்பறையில் படமாக்கிய தன் தோழியின் திறந்த மார்பகத்தை நடுத்தர வயதுக்காரரான அக்கௌண்டன்டுக்குக் காட்டி அவரைக் கிளர்ச்சியூட்டப் பார்த்தான்.

விஷயம் வெளியே போகாமல் யூனியனுக்குள்ளேயே கரிசனமான கண்டனங்களுக்கும் எச்சரிக்கைகளுக்கும் பிறகு மறைத்து வைக்கப்பட்டது. எனினும் மாதங்கள் பலவாகியும் அதன் தாக்கத்திலிருந்து விடுபட முடியாமல் போனதும் இனிமேலாவது யூனியன் பொறுப்புகளிலிருந்து தன்னை விடுவிக்க வேண்டுமென்று விகாஸ் சசிபூஷணிடம் கராறாகச் சொன்னான்.

"விகாஷ், நீயும் போயிட்டா அப்புறம் இதையெல்லாம் சரியாக்க யார்தான் இருக்காங்க?" என்ற கேள்வியுடன் சசிபூஷண் விகாஸின் கைகளைச் சேர்த்துப் பிடித்துக் கவலையோடு அவனின் கண்களையே உற்றுப் பார்த்தார். தன் அரசியல் குருவும் ராயல் இந்தியன் விமானப்படை பைலட்டாகவும் இருந்த தோழர் நபேந்து ராயைத் (விகாஸின் தந்தை) தேடுவது போலிருந்தது அது.

"விகாஷ், நீ இனிமேலும் என்னிடம் இப்படிக் கேட்கக்கூடாது."

அன்பில் தோய்ந்த கோரிக்கையுடன் சசிபூஷண் அலுவலகத்துக்குள்ளே இருந்த நூலகத்தை நோக்கி நடந்து சென்றார்.

வியாதிகள் உடம்பில் ஏற்படுத்தக்கூடிய பலவிதமான உபாதைகளைப் பற்றிச் சொல்லப் போனால் சசிபூஷண் சரித்திரத்தின் ஏடுகளைப் புரட்டி முன்னால் வைப்பார்.

"பார், விகாஷ், ஆஸ்த்மாவுக்கும் புரட்சிக்கும் இடையில் பிரிக்க முடியாத பந்தமுண்டு. நம்முடைய சேகுவராவையே வைத்துக்கொள்... ஹி வாஸ் எ க்ரானிக் ஆஸ்த்மாட்டிக் பேஷன்ட். இருந்தும் அவர் மோட்டார் சைக்கிள் டைரி எழுதவில்லையா? கெரில்லா யுத்தம் செய்யவில்லையா? சொல்லப்போனால் நம்ம சாரு மஜூம்தார் வியாதிமுற்றி மூச்சுவிடக் கஷ்டப்பட்ட போது ஆக்சிஜன் சிலிண்டர் ஒன்றை கூடவே கொண்டு சென்ற ஆளுதான். இதைவிடப் பெரிசா உன்னுடைய இந்தச் சின்ன மூச்சிழுப்பு?"

"ஒரே இழுப்பிலெ நான் இங்கேயே கிடந்து செத்துப் போயிட்டா என்னாவது தோழரே?" என்று ஒருநாள் கொஞ்சம் விளையாட்டாகவும் கடுமையாகவும் கேட்டே விட்டான்.

அதற்கு அவர், "புரட்சி வீரனுக்கு மரணமில்லை தோழரே," என்று பதிலளித்தார்.

புதன்கிழமை காலையில் அப்பார்ட்மென்டிலிருந்து இறங்கி காரின் கதவைத் திறக்கும் முன்னரே விகாஸ் முடிவு பண்ணிவிட்டான், இந்த முறை செக்ரட்டரி பதவியில் அவன் இருக்கப்போவதில்லையென.

வழக்கம் போல சசிபூஷண் முன்வைக்கப் போகும் எல்லா முட்டுக்கட்டைகளையும், அது கோரிக்கையோ, வசீகரச் செயலோ எதுவாயிருந்தாலும் அவையனைத்தையும் சுலபமாக முறியடிக்கும் சக்தியை அருணாவின் இறுதியாக வந்த கடிதத்திலிருந்து விகாஸ் கைப்பற்றியிருந்தான். ட்ரேட் யூனியன் ஆண்டு மாநாட்டில் செயலாளரின் ரிப்போர்ட்டை வாசித்து முடித்ததும் தானே இதைத் தொழிலாளர்களிடம் நேரடியாக அறிவித்துவிடுவான். அதன் பிறகு சசிபூஷணுக்கு இதில் அதிகமாகத் தலையிட முடியாது. போகிறானென்றால் போகட்டுமென்று அவருக்கும் தோன்றலாம்.

செயல் பட்டியலை வாசிக்கத் தொடங்கியதும் விகாஸ் ராய் தொடர்ந்து இரண்டு முறை இன்ஹேலரை உபயோகித்தான். மற்றவர்களைப் போல் அல்லாமல் தன் சொந்த நுரையீரலைத் தன் சட்டைப்பையிலேயே போட்டு நடப்பவன் அவனென்று அவனுக்குப்பட்டது. இன்ஹேலரிலிருந்த ஸ்டீராய்டு மற்றும் ப்ராங்கோ டைலேட்டர் மருந்துகளின் உறைந்து போன காற்று அறுபதாண்டுப் பழமையுள்ள நுரையீரலின் கதவுகளைத் தள்ளி அசைக்கும் வரை குவித்து வைத்திருந்த உதடுகளுக்கிடையில் தன் பற்களை விகாஸ் முடிந்தளவு அழுத்திப் பிடித்துப் பொறுமையாகக் காத்திருந்தான்.

ஓராண்டுகால ரிப்போர்ட்டின் கணக்குகளின் மோசமான தாக்கத்திலிருந்து தப்பி வருவதென்பது நுரையீரலிலிருந்து ஒரு கையளவு பிராணவாயுவைத் தோண்டியெடுப்பதை விடக் கடினமானதே. இரண்டு மணிநேரமும் பதினாலு நிமிடமும் தொடர்ந்து செயல் ரிப்போர்ட்டை வாசித்து முடிப்பதற்குள் விகாஸின் சுவாசக் குழாய்கள் மீண்டும் பழைய நிலைக்கே திரும்பின.

இன்னும் கொஞ்சம் ஸ்டீராய்டு மருந்து உள்ளே சென்றது. சர்ச்சைகளுக்குப் பிறகு வந்த ஏற்புரை முடிவதற்குள் விகாஸ் தன் ராஜினாமா விஷயத்தை மைக்கின் வழியாக அரங்கத்திலிருந்தவர்களுக்கு அறிவித்தான்.

தொழிலாளர்களுக்கிடையில் திடீரென ஓர் அமைதி நிலவியது. எதிர்பார்க்காத ஏதோ ஒன்றைக் கேட்டுவிட்டது போல அவர்கள் ஒருவரையொருவர் பார்த்துக்கொண்டனர்.

தொடக்கவுரையாளரின் நாற்காலியில் அமர்ந்திருந்த சசிபூஷண் தன் வாய்க்குள் வைத்திருந்த குடிதண்ணீரை விழுங்காமல் ‘என்ன அடாவடித்தனம் செய்தாய்’ என்ற அர்த்தம் வரும் பார்வையை விகாஸின் பக்கம் திருப்பினார். அது அவனை கொஞ்சம் கலவரமடையச் செய்திருந்தாலும் இனிவரும் ஐந்து வருடங்களை அருணாவுக்காக அளந்து ஒதுக்கி வைத்த பிறகே விகாஸ் மேடையிலிருந்து கீழே இறங்கினான். பேக்கிங் செக்ஷன் சூப்பர்வைசர் சுதாம்ஸு அவர்களின் காரை ரெயில்வே ஸ்டேஷனுக்குத் திருப்பியதும் அவன் புவனேஷ்வருக்குக் கிளம்பிய செய்தியை அருணாவுக்குத் தெரிவித்தான். மறுமுனையில் அருணாவின் சந்தோஷம் முதலில் மௌனமாகவும் பிறகு விசும்பலாகவும் மாறுவதை

நினைத்தபோது தன் உதட்டில் பரவத் தொடங்கிய உரத்த சிரிப்பை மிருதுவான புன்சிரிப்பாகக் குறைத்து அவன் அலைபேசித் தொடர்பைத் துண்டித்தான்.

“அப்போ, சார், நீங்க நெஜமாகவேதான் சொன்னீங்களா?” சுதாம்ஸு கேட்டார்.

“என்னது?”

“செக்ரட்டரி பதவியை விடப் போறதா?”

“ஆமாம்...” என்றான் விகாஸ்.

சதாம்ஸு பதிலொன்றும் கூறாமல் பெருமூச்சு விட்டார். அதில் அவருடைய ஏமாற்றம் முழுதும் வெளிப்பட்டது.

வண்டி கிளம்பும் முன்னர் சூடான இரண்டு ஆலு பராத்தாவும் ஒரு பாட்டில் தண்ணீரும் வாங்கித் திரும்பி வந்த சுதாம்ஸு அதை இரண்டாம் வகுப்பு கம்பார்ட்மெண்டின் ஜன்னல் வழியாக விகாஸிடம் கொடுத்தார். ஆண்டு மாநாட்டை மெருகேற்றுவதற்காக அவர் ஓடிய ஓட்டத்தில் கொஞ்ச நாளாகத் தன் உணவைக் கூட மறந்திருந்தார்.

ரயில் கிளம்பி நீங்கத் தொடங்கியதும் ஜன்னல் கம்பியில் வைத்திருந்த தோழரின் கையில் சுதாம்ஸு மெதுவாக அழுத்தினார். கடைசிப் பெட்டியும் கடந்து செல்லும் வரை ரயில் வண்டிகளின் வியர்வை வாடை தேங்கி நிற்கும் ஃப்ளை ஓவரின் கீழே அவர் நின்று கொண்டிருப்பதை விகாஸ் கவனித்தான்.

சென்ற பதிமூன்று வருடங்களில் தான் அடைந்தது அனைத்தும் அந்தச் சக மனிதனின் இந்த வழியனுப்பும் சடங்கில் இருந்ததென்று விகாஸுக்குத் தோன்றியது.

ரெயில் பெட்டியில் ஒரே கூட்டமாக இருந்தது. வங்க மாநிலத்தின் தொலைதூரக் கிராமங்களிலிருந்துவரும் நினைத்துக் கூட பார்க்க முடியாத ஏழ்மையான விவசாயிகள்தான் பயணிகளில் பெரும்பாலோர். செம்பு நிறம் கொண்ட தலைமயிர், புகையிலையைவிடக் கருப்புநிறம் கொண்ட பற்கள்.

கேரளாவிலுள்ள ஏதோ கன்ஸ்ட்ரக்ஷன் கம்பெனிக்குக் கூலியாட்களாக அவர்களைக் கொண்டு செல்கிறார்கள் என்று புரிந்தபோது முப்பது வருஷமாகத் தன் மாநிலத்தை

ஆண்ட சொந்தக் கட்சியைப் பற்றி விகாஸ் சும்மா நினைத்துப் பார்த்தான். அத்துடன் அவனுக்கு உணவே தொண்டையில் இறங்க மறுத்தது. இத்தனை ஏழ்மையான ஆட்கள் பார்த்துக் கொண்டிருக்கையில் தன் கையிலுள்ள உணவை ஜன்னல் வழியாகத் தூக்கி எறிந்தால் அது பொறுக்க முடியாத தப்பாகிவிடும் என்று நினைத்து அந்த உணவைப் பழையபடி பொட்டலம் கட்டி பேகில் வைத்தான்.

தொழிலாளிகள் தங்கள் சாமான் கட்டுகளைப் பல இடங்களிலாக ஒதுக்கி வைத்துவிட்டு ப்ளாஸ்டிக் கவரிலிருந்து ஒரு சிட்டிகைப் புகையிலையை எடுத்துக் கடைவாய்ப் பல்லில் வைத்து மெல்லத் தொடங்கினார்கள். கால்கள் இரண்டையும் இருக்கையின் மீது வைத்து ஒடிந்து வளைந்து அவர்கள் உட்கார்ந்திருப்பதைப் பார்த்தபோது விகாஸுக்குப் பரிதாபமாகயிருந்தது.

தங்கள் சொந்த ஊரின் நினைவுகள் அவர்களின் வெடித்த கால் நகங்களுக்கிடையில் சேறாக ஒட்டிக்கிடப்பதை விகாஸ் கவனித்தான்.

அவன் ஒரு தடிமனான ஸ்வெட்டரில் தன் உடம்பை அவசரமாக உள்ளடக்கிக் கழுத்தையும் தலையையும் ஒரு மஃப்ளரால் சுற்றிப் பத்திரப்படுத்தினான். இன்று இரவின் கொடிய குளிரைக் தாக்குப்பிடிக்க இதுவே போதும். இப்போதே ஜன்னல் கம்பிகள் ஜில்லென்று ஆகிவிட்டன. பயங்கரமான அசதி. கொஞ்சம் படுத்தால் தேவலையென்றிருந்தது. தற்போது அது நடக்காதென்று தெரிந்ததனால் பக்கத்து சீட்டுக்கு அடியில் கால்களை நீட்டி உடம்பைச் சற்று சாயவிட்டதும் ஆஸ்த்மா மீண்டும் தொந்தரவு செய்தது. சுவாசம் ஒரு ஹேர் ஜெல் போல மூக்கின் நுனியில் ஊசலாடிக் கொண்டிருந்தது. விகாஸ் பாக்கெட்டில் கையை விட்டான். அப்போது மனைவி ஃபோனில் அழைத்துக் காலையில் ஸ்டேஷனுக்கு வருவதாகச் சொன்னாள். வேண்டாம் பரவாயில்லையென்று சொல்லித் தடுத்தும் பயனில்லை. புவனேஷ்வரில் வண்டி வந்து சேரும்போது தன்னைப் பார்த்து பேக்கைப் பெற கை நீட்டியவாறு கம்பார்ட்மெண்ட்டுக்கு அருகே அருணா நிற்பாள்.

இந்த நேரத்தில் ஒரு நாற்பது வயது மனிதன் பல செல்போன்களிலும் ஒரே நேரத்தில் பேசியபடியே கம்பார்ட்மென்ட்டுக்குள் வந்தார். அவரைப் பார்த்ததும் தொழிலாளிகள் சீட்டிலிருந்து சட்டென்று எழுந்து பவ்யமாகத் தங்கள் முதலாளியின்

முன்னால் நின்றனர். அந்த மனிதன் அதொன்றும் கவனிக்காமல் செல்ஃபோனில் சத்தமாகத் திட்டினார். ஒன்றிரண்டு முறை கட்சிக் கூட்டத்துக்காகக் கேரளாவுக்கு வந்திருந்தால் அந்த ஆள் ஒரு 'மல்லு' (மலையாளி) என்று புரிந்துகொள்ள விகாஸுக்கு அதிக நேரம் தேவைப்படவில்லை.

தொழிலாளிகள் சிலரின் டிக்கெட்டைச் சோதனை செய்து, நம்பர் மாறி உட்கார்ந்தவர்களைத் திட்டியும் கையை ஓங்கியும் கொஞ்சம் நேரம் தாட் பூட் செய்த பிறகு அவர் விகாஸை நோக்கிக் கையை நீட்டினார்:

"ஐயாம் சோமராஜன்."

எதனாலெயோ அந்த நட்பை ஏற்றுக்கொள்ள விகாஸுக்குத் தோன்றவில்லை. தன் கையிலிருந்த பாட்டிலைத் திறந்து சிறிது தண்ணீரை வாயில் ஊற்றி சோமராஜனைப் பார்த்துச் சிரித்தான். ஆனால் அதையெல்லாம் கண்டுகொள்ளாமல் அந்த மனிதன் நன்றாகப் பரிச்சயமான நபரிடம் பேசுவது போல விகாஸிடம் அரைகுறை ஆங்கிலத்தில் குசலம் விசாரித்தார்.

"யூ நோ, கேரளா? காட்ஸ் ஓன் கண்ட்ரி…" இந்த வங்காளிகளுக்கு என் சொந்த ஊரைப் பற்றி என்ன தெரியுமென்ற தோரணை அவருக்கு. பேச்சுக்கிடையே வெளியே பரவிய விஸ்கியின் வாடைக்கு மேல் அவர் வெள்ளை ஆர்பிட் மிட்டாயினைச் சுவைத்துக்கொண்டிருந்தார்.

"வி மலையாளீஸ் ஆர் ஹைலி எஜுகேட்டட். யூஷுவலி தே ரீட் த்ரீ ஆர் ஃபோர் நியூஸ் பேப்பர்ஸ் இன் எ டே. வீ ஆர் வெரி ஹைஜீனிக்.யு நோ, வி டேக் த்ரீ ஆர் ஃபோர் பாத் டெய்லி… வாயன, குளி, குளி …வாயன.. இது தன்னெ பணி…" ஆங்கிலத்துடன் கொஞ்சம் மலையாளத்தையும் கலந்து பேசி சோமராஜன் சத்தமாகச் சிரித்தார். குளித்தல் கிடக்கட்டும், குடிக்கக் கூட தண்ணீர் சரியாகச் கிடைக்காத ஊர்களிலிருந்து கசங்கி நாறி வந்து வாயில்லாப் பூச்சிகளைப் போல உட்கார்ந்திருக்கும் தொழிலாளிகளின் பக்கம் அலட்சியமும் இகழ்ச்சியும் கலந்த பார்வை ஒன்றைப் பார்த்தார். அவர்கள் தலைகுனிந்தபடியிருந்தார்கள். திடீரென அவர் விகாஸின் மடியில் வைத்திருந்த தோல் பையில் தெரிந்த கட்சிச் சின்னத்தைப் பார்த்து அதிசயமாகக் கேட்டார்: "ஆர் யு எ கம்யூனிஸ்ட்?"

“யெஸ்,” என்று அலட்சியமாக விகாஸ் சொன்னதைக் கேட்டு சோமராஜன் உணர்ச்சி வசப்பட்டார்.

“ஐயாம் ஆல்ஸோ எ கம்யூனிஸ்ட். சி.பி.ஐ (எம்). கம்யூனிஸ்ட் பார்ட்டி இஸ் வெரி ஸ்ட்ராங் இன் கேரளா,” என்றார்.

சுற்றிலும் அமர்ந்திருந்த நலிந்தவர்களும் போக்கற்ற ஏழைகளுமான தொழிலாளிகளைப் பார்த்து விகாஸ் சோமராஜனிடம் கேட்டான்: “கேரளாவில் இப்போது கட்சி மட்டும்தான் இருக்கா? தொழிலாளிகள் இல்லையா?”

அதற்குப் பதில் என்பது போல ஒரு திகிலூட்டும் அர்த்தமற்ற சிரிப்பை உதிர்த்துக் கொண்டு சோமராஜன் த்ரீ டயர் ஏ.ஸி. கோச்சிலுள்ள தன் பெர்த்துக்குச் சென்றுவிட்டார். முதலாளி போனதும் தொழிலாளிகள் ஒவ்வொருவராக இரவு உணவு சாப்பிட்டு தூங்குவதற்குத் தயாராகத் தொடங்கினார்கள். ஒரு கம்பார்ட்மெண்டில் எப்படிப் படுக்க வேண்டும் என்பது கூட அவர்களுக்குத் தெரியவில்லை. அசதியாக இருந்தாலும் விகாஸ் பெர்த்தின் படுக்கைகளை உயர்த்தி வைத்து சங்கிலியில் மாட்டி அவர்களுக்குப் படுப்பதற்கான வசதியை செய்ய உதவினான். அவர்கள் அவனை அதிசயமாகப் பார்த்தார்கள். சிலர் தூங்கப் போகுமுன் கைகூப்பி அவனுக்கு நன்றி தெரிவித்தனர்.

அதற்கிடையே சிகப்பாக ஒல்லியாக தொழிலாளிகளின் குழுவிலிருந்த பையன் ஒருவன் ஒன்றும் சாப்பிடாமல் தனியாக உட்கார்ந்திருப்பது விகாஸின் கவனத்தை ஈர்த்தது. வண்டிக்குள் ஏறி வந்ததிலிருந்து இருக்கையில் அவன் பட்டும் படாமலும் அமர்ந்திருப்பதும் முகத்தில் பரவியிருந்த வாட்டத்தையும் மௌனத்தையும் விகாஸ் கவனித்திருந்தான். தன்னுடைய பெர்த்துக்கு எதிர் பெர்த்தில்தான் பையன் இருந்தான். நடு பெர்த்திலுள்ள பயணி தூங்கத் தொடங்கியதும் கீழே உட்கார முடியாமல் இவனும் படுத்துவிட்டான்.

“நீ ஒண்ணும் சாப்பிடலையா?” லைட்டை அணைக்குமுன் விகாஸ் கேட்டான்.

“இல்லை,” என்றான் பையன்.

“என் கையில் ஒரு பொட்டலம் இருக்கு, தரட்டுமா?”

“வேணா.” விகாஸின் முகத்தை ஏறிட்டுப் பார்க்காமல் அவன் ஒருக்களித்துப் படுத்துக்கொண்டான். அவன் முகத்திலிருந்த

எளிமையோ அலட்சியமோ அவனின் கைகால்களுக்கு இல்லையென்று விகாஸ் அப்போதுதான் கவனித்தான். தழும்பேறி ஆங்காங்கே வெடிப்புகளும் இருந்த நிலைமை அவனுடைய கடுமையான வாழ்க்கைப் பின்புலத்தை அப்பட்டமாக வெளிப்படுத்தியது.

"உங்களது பயணச் செலவெல்லாம் உங்கள் முதலாளி ஏத்துக்குவாரா?" பெர்த்தில் பெட் ஷீட்டை விரிக்கையில் விகாஸ் கேட்டான்.

"இப்போ அவர் குடுப்பார். அப்புறம் எங்க கூலியிலிருந்து எடுத்துக்குவார்."

"எவ்வளவு கூலி?"

"தெரியாது."

"உன் பேர் என்ன?"

"பூபன்"

"வீட்டிலெ யாரெல்லாம் இருக்காங்க?"

"யாருமேயில்லெ."

"என்னாச்சு?"

"எல்லாரும் செத்துட்டாங்க." அதைச் சொல்லும்போது அவன் தொண்டை கரகரத்தது. கண்களின் மீது தனது வலது கையை வைத்துப் பொத்திக் கொண்டான்.

"உனக்கு எந்த ஊர்?"

"நந்திக்ராம்."

அதைக் கேட்டதும் தன்னுடைய எல்லா சுவாசமும் கசிந்து போவது போல விகாஸுக்கத் தோன்றியது. அதற்கு மேலும் எதுவும் கேட்க அவனுக்குத் திராணியில்லாமல் போய்விட்டது.

வெளியேயிருந்து பனிக்காற்று ஜன்னல் ஷட்டர்களில் வந்து வெடிகுண்டு போலத் தாக்கியது. ரயில் ஓடும் சத்தம் ஆயுதமேந்திய போலீஸின் சீரணி போலத் தண்டவாளங்களை உரக்கக் குலுக்கியபோது விகாஸ் அந்தப் பாட்டிலிலிருந்த மிச்ச தண்ணீர் முழுதும் ஒரே எட்டில் குடித்தான். படுத்ததும்

மீண்டும் மூச்சு வலிப்பு ஆரம்பித்தது. இந்த முறை அது மிகவும் தீவிரமாக இருந்தது. சளியில் விழுந்துவிட்ட எறும்பினைப் போல் அவன் தன் கைகளை பெர்த்தின் மீது குத்தி வைத்து பலவீனமான நெஞ்சை மேலுக்கு இழுத்தான். அவன் உடம்பு விலா எலும்புகளிலிருந்து விடுபட்டு இரண்டு பாகங்களாகப் பிளந்து கீழே விழுந்துவிடுமோ என்று பார்த்துக்கொண்டு நின்ற பூபனுக்குப் பயம் வந்துவிட்டது.

விகாஸ் இன்ஹேலரை வாயில் வைத்து தொடர்ந்தாற்போல் நான்கு முறை அழுத்தினான். படுத்தபோது தலையைச் சற்று உயர்த்தி வைத்தால் தூங்குவதற்குக் கொஞ்சம் தெம்பு கிடைக்குமென்று அவனுக்குத் தோன்றியது. தோல் பையிலிருந்த காற்று நிரப்பும் ரப்பர் தலையணையை வெளியே எடுத்து அதன் மூடியைத் திறந்து பலமாக ஊதத் தொடங்கினான். ஆனால் அதைத் திரும்ப பையில் வைக்கப் போவதைப் பார்த்து பூபன் எழுந்து நின்றான். "சாப்!" என்று கையை நீட்டினான். விகாஸ் அவனிடம் கொடுத்த தலையணையின் மூடியைத் திறந்து அந்த ஓட்டையில் உதடுகளை வைத்து முடியுமட்டும் பலமாக ஊத ஆரம்பித்தான். மாரடைப்பு வந்த ஒருவனுக்கு அளிக்கும் அவசரச் சிகிச்சை போலிருந்தது அது. பூபன் மெதுவாகக் கொஞ்சம் கொஞ்சமாக அந்தத் தலையணைக்குள் காற்றை நிரப்பி வருவதைப் பதட்டத்துடன் பார்த்துக் கொண்டிருந்தான் விகாஸ். அந்தப் பையனின் பிராணவாயுவால் அது நிறைந்து நின்றபோது தன் உதடுகளை விடுவித்து தலையணையின் ஓட்டையை ஒரு முடியால் அடைத்து வைத்து, ஒரு பெரிய உதவி செய்ய முடிந்த மனநிறைவுடன் பூபன் விகாஸைப் பார்த்தான். அந்தத் தலையணையை வாங்கிக் கொள்ளும்போது அது வெறும் தலையணையல்ல என்றும் தன்னை நம்பி ஒப்படைக்கும் கவலைகள் நிறைந்த ஒரு வாழ்க்கையேதான் என்றும் விகாஸுக்குத் தோன்றவும் அவன் கைகள் நடுங்கின. ஒரு கையளவு மணல் துகள்களை வாரிப் போட்டதுபோல அவன் தொண்டை வறண்டுவிட்டது.

அதற்குள் பூபன் தூங்கிவிட்டிருந்தான். விகாஸ் எழுந்து தொழிலாளிகளை ஒரு முறை பார்த்தான். தூங்குகிறார்களென்றாலும் ஓரளவுக்கு அனைவரும் விழிப்போடு இருப்பவர்கள் போலிருந்தனர். இதுவரை பொத்தி வைத்திருந்த கோபமும் வெறியும் சிலரின் கடைவாய்ப் பல்லில் கிடந்து புகையிலை போல நசுங்குகிறது. தரைமட்டமாகப்போகும் ஏதோ

கனவின் வாசலில் அமர்ந்தபடி மரணத்திடம் குறைகளை முறையிடுகின்றனர் சிலர்.

இவர்களுக்கு இந்தப் பயணத்துக்குப் பிறகு இனிமேல் திரும்பி ஊருக்கு வருவோமா என்ற எதிர்பார்ப்புக்கு ஒரு மண்ணாங்கட்டியின் வலிமை கூட இல்லை.

விகாஸ் தலையணையின் மீது மெதுவாகத் தன் கழுத்தை வைத்தான், அதன் உள்ளேயிருந்த சுவாசக் காற்று பதட்டத்துடன் சுற்றித் திரிந்து மெதுவாக ஒரு பூதாகாரமான புயல் காற்றாக உருமாறுவதும் ஒரு சமுத்திரத்தையே தனியாகக் கலக்கிப் புரட்டிப்போடும் வலிமையோடு பெரும் ஓசையுடன் தாக்குவதும் அவனுக்குக் கேட்டது. அதுவரையில் அடிமட்டத்திலிருந்த குமிழிகள் கூட்டமாக மேலே பொங்கி வந்து ஒவ்வொன்றாக வெடிக்கத் தொடங்கியதும் அவன் குதித்தெழுந்தான். தலையும் காலும் இல்லாத முழுமையற்ற உடலாக அந்தத் தலையணை அவன் மடியில் கிடந்தபடி மூச்சுவிட ஆரம்பித்தது. அதனை விகாஸ் நெஞ்சோடு சேர்த்து அணைத்துப் பிடித்து, பிறகு மொபைல் ஃபோனை எடுத்து சசிபூஷணின் நம்பரை டயல் செய்தான்.

மறுமுனையில் அவரின் அதிருப்தியும் சலிப்பூட்டும் உபதேசங்களும் வெளிப்படுவதற்கு முன், "புதிய செக்ரட்டரியைப் பற்றி யோசித்துக் கவலைப்பட வேண்டாம். நானே வரேன். யாராவது ஒருத்தர் இதை ஏற்றுக்கொண்டு நடத்த வேண்டாமா?" என்று விகாஸ் கேட்டான்.

ஃபோனை அணைத்து விட்டுத் தன் இதயத்தை அந்தத் தலையணையோடு சேர்த்து வைக்கையில் புவனேஷ்வரில் காலை ரயில் வருவதை எதிர்பார்த்துத் தூங்காமல் காத்திருக்கும் அருணாவை அவன் மறந்துவிட்டிருந்தான்.

மணல் வீடு
ஜனவரி-மார்ச் 2024

❋❋❋

சமபந்தி

தோழியர்களால் 'நடமாடும் ரெஸ்டாரெண்ட்' என புனைபெயர் சூட்டப்பட்ட சூசன் இம்மானுவல் தன் டிபன் கேரியரின் ஏகப்பட்ட அடுக்குகளை ஒவ்வொன்றாக வெளியே எடுத்து மேஜையின் மீது வைத்தாள். ரம்யா நாயர் தன் வசமிருந்த கைக்குத்தலரிசியின் சுமாராக வெந்த சாதத்தினுள்ளேயிருந்து கோவைக்காய் பொரியலையும் மிளகாய் வற்றலையும் தோண்டியெடுத்தாள். ஆனால் அவளுடைய ஆவலான பார்வை சூசனின் ரெஸ்டாரெண்டில் தான் இருந்தது. இந்த வட்ட மேஜையில் அடிக்கடி அரங்கேறும் ருசிகளின் போட்டியில் சூசனின் கைவண்ணத்தை வெல்ல ரம்யாவின் அவியலுக்கோ சங்கீதா நம்பூதிரியின் மாம்பழக்குழம்புக்கோ (புளிஸ்ஸேரி) முடியாது.

கோதமங்கலத்திலுள்ள தன் பரம்பரை வீட்டின் ருசிகரமான அயிட்டங்களில் ஒன்றான போர்க் வறுவலையும் எடுத்துக்கொண்டுதான் சூசன் இன்று கோர்ட்டுக்கு ஆஜரானாள். அவள் தன் மஞ்சள் பூசணியின் வடிவுள்ள சின்ன கேசரோலைத் திறந்ததும் முதல் தரமான கோட்டயத்து சமையல் பாணியில் சூசனின் பாட்டி வறுத்து வைத்த பன்றிக்குட்டி ஒருமுறை கீச்சொலி எழுப்பியது. பின் கால்களை உதறி ஒரு குதிகுதித்தது. தக்க சமயம் பார்த்துக்கொண்டிருந்த ரம்யா நாயர்

‘நில்லுடா’ என்று கத்தி அதைப் பிடித்து வைத்து எலும்பில்லாத ஒரு துண்டை வாயில் போட்டுச் சுவைத்து கண்களை அகல விரித்தாள். அவளது சிவந்த மூக்கின் நுனி மெதுவாக வியர்த்து ஒரு வற்றல் மிளகாயாய் மாறுவதைப் பார்த்து சூசன் சத்தமாகச் சிரித்தாள். அப்போது சூசனின் செல்ஃபோனின் இன்பாக்ஸில் சங்கீதா நம்பூதிரியின் மெஸேஜ் வந்து நிற்பது தெரிந்தது.

“பாத்தியா!” சூசன் செல்போனை ரம்யாவுக்குக் காட்டினாள்.

“HEARING IS GOING ON. DON’T FINISH THE PORK.”

“இந்தப் போர்க்கை நினைச்சு இவளுக்கு கோர்ட்டிலெ இருப்புக் கொள்ளலை, பாரு! இவளா நம்பூதிரிப் பொண்ணு?”

“தெரியாதா? சங்கீயோட தாத்தாக்களெல்லாம் பழைய ‘யோகக்ஷேமா’ ஆளுங்கதானே!”

“அதனால என்ன? ரம்யா சொன்னது சூசனுக்கும் புரியவில்லை. அவள் கோவைப் பொரியலைப் பல்லுக்கிடையில் வைத்த படி தன் தோழியைப் பார்த்தாள்.

“மை காட்! போயும் போயும் உங்கிட்ட இதெல்லாம் சொன்னேனே. சரித்திர ஞானம் கொஞ்சம் கூட இல்லாத ஆள் நீ!”

ரம்யா தலையில் கை வைத்தாள். பிறகு சொன்னாள், “யோகக்ஷேமா ஆளுங்கன்னா நம்பூதிரிமார்களுக்கிடையில் உள்ள புரட்சியாளர்கள். அவங்க வெறும் புளிக்கொழம்பும் பூணூலும் அல்லன்னு சொல்ல வந்தேன், புரிஞ்சுதா? நம்பூதிரி புரட்சியாளர் வி.டி. பட்டதிரிப்பாடு பத்தி கேள்விப்பட்டிருக்கியா?”

“யெஸ்,” என்று சூசன் தலையாட்டினாள். எங்கேயோ இவரைப் பற்றி வாசித்ததாக ஞாபகம்.

“கோயில்களுக்குத் தீ வைக்க வேண்டும்னு சொன்ன ஆளு அவர். அதுவும் எழுபது வருஷத்துக்கு முன்னாலேயே! அதுக்கும் மேலெயா உன்னோட இந்த வறுத்த போர்க்?”

சூசன் பிறகு ஒன்றும் பேசாமல் கறியிலிருந்த தேங்காய்த் துண்டை மட்டும் வழித்தெடுத்து ரம்யாவின் சோற்றில் போட்டாள்.

“இந்தத் தேங்கா துண்டுகளை சும்மா தூவுவாங்களா இல்லெ எண்ணெயிலெ வதக்கிப் போடுவாங்களா?” ரம்யா கேட்டாள்.

“அதெல்லாம்... எங்க பாட்டியம்மாவின் மூளைப் பொறுத்திருக்கு!” என்றாள் சூசன்.

“ஹியரிங் நடக்குதுன்னு சொன்னியே, நம்ம சங்கீதா கேஸ் என்னாகும்?” சாப்பிட்டுக் கொண்டே கேட்டாள் ரம்யா.

“கேஸ் ஃபைல் நான் ஒரு தரம் மேலோட்டமா பார்த்தேன்,” சூசன் மிளகாய் வற்றலின் காம்பை ஒடித்து அதனுள் இருந்த விதைகளைக் களைந்து விட்டு தயிரில் போட்டாள்.

“ஜாதிப் பெயரைச் சொல்லிக் கூப்பிட்டதுக்கும் கொலை முயற்சிக்கும் சேர்த்தில்லெ சார்ஜ் பண்ணியிருக்காங்க! 99இல் வந்த SC/ST ப்ரிவென்ஷன் ஆஃப் அட்ரோசிட்டீஸ் சட்டம் பிரகாரம் நம்ம நம்பூதிரிச்சியின் கட்சிக்காரர்...அந்த ஆள் பேரு என்னம்மா? ...சி.பி.கோபால மேனன்,” ரம்யா இடையில் செருகினாள்.

“ஆமா, சரி சரி, எந்த மேனோனாயிருந்தாலும் அந்த ஆசாமிக்குப் பத்து வருஷம் வரைக்கும் தண்டனை கிடைக்கும்.”

“என்னப்பா... நடந்தது? சங்கீ இண்டிபெண்டெண்டா வாதம் பண்ணப் போறான்னு மட்டும் தெரியும். வேறெ எதுவுமே எனக்குத் தெரியாது.”

“நீ அந்த மேனோனெப் பாத்ததில்லையா?”

“இல்லெ.”

“அவரோட தோப்புக்குக் கிழக்குப் பக்கம் வசிக்கிற காப்பக்குட்டின்னு ஒருத்தன். அவன்தான் புகார் கொடுத்திருக்கான்.”

சூசன் அந்தக் கேஸ் ஃபைலில் இருந்த புகார்தாரரின் வாக்குமூலத்தை ஏறக்குறைய சரியாக ஞாபகத்துக்குக் கொண்டு வர முயன்றாள். “தூரிக் கூடையை வைத்து நீரோட்டத்தில் மீன் பிடிக்கும் கூட்டத்தைச் சேர்ந்தவன். புது வீடு கட்ட மேனோன் கல்லும் சிமெண்ட்டும் லாரியில் கொண்டு வந்தது காப்பக் குட்டியின் கொல்லை வழியாகத்தான். கொஞ்சம் சுத்தி வந்தா மெயின் ரோடு மார்க்கமா மேனோனுக்குச் சொந்தம்

தோப்பு வழியாவே வண்டியெக் கொண்டு வந்திருக்கலாம். ஆனா அவருக்கு இந்த வழியாதான் போகணுமாம். லாரிகள் நிரந்தரமா மேலெயும் கீழெயும் போய் வரவே தொல்லை தாங்க முடியாம மேனோனாவது மண்ணாவது என்று சொல்லி காப்பக்குட்டி அவர் வழியை மறித்தான்... அது சரி, நீ அந்த முட்டக்கோஸ் பொரியலெ எடுமா."

"அப்புறம் என்னாச்சு?" ரம்யாவுக்கு உள்ளுக்குள் ஒரு இறுக்கமும் பதட்டமும் தீயும் புகையுமாகப் பொங்கியது.

"ம்.. ஆமா... கீழ் ஜாதிக்காரனாச்சே... காப்பக்குட்டியோட டயலாக் மேனோனுக்குக் கொஞ்சம் கூட பிடிக்கலெ. அவனோட கழுத்தெப் புடிச்சு, 'புலயன் மவனெ! கொண்ணுப்புடுவேன்!'" என்று அலறினார் மேனோன். "அப்புறம் அங்கே கிடந்த ஒரு இரும்புத் தடியை எடுத்து அவன் மண்டையிலெ அடிச்சிட்டார்னு தான் கேஸ்... அட்டெம்ப்ட் ஆஃப் மர்டர்... ஆண்டவனுக்குத்தான் தெரியும்."

ஆனால் அதை முற்றிலும் நம்ப முடியாமல் ரம்யா ஜீரகத் தண்ணீர் டம்ளரை சூசன் பக்கம் நகர்த்தினாள். அவளின் யூகப்படி மேனோன் காப்பக்குட்டியை அசிங்கமாகத் திட்டிய பிறகு வேறெதுவும் செய்ய நிற்காமல் லாரியைப் பின்னால் எடுத்து மெயின் ரோடு வழியாகத் தன் வீட்டுக்கு ஓட்டிச் சென்றிருப்பார், அவ்வளவுதான்.

"மேனோனால் இந்தளவு கொடூரமாக நடக்க முடியாது," என்றாள்.

"நீ அப்படித்தான் சொல்லுவெ. நீங்க நாயர்களும் மேனோன்களும் எல்லாம் ஒரே கேட்டிகரிதானே," சூசன் டம்ளரைச் சத்தத்துடன் கீழே வைத்தபடி சொன்னாள்.

திடீரென பார் அசோசியேஷன் ஹால் வழியாக ஒரு வவ்வால் பறந்து வந்து பன்றிக்கறியின் துண்டில் கடித்து இழுத்தது.

"ஹா... சங்கீ..." என்று வவ்வாலைப் பார்த்து சத்தம் போட்டு விரட்டினாள் ரம்யா. ஹியரிங் நடந்துகொண்டிருக்கையில் சூசனின் போர்க் கோர்ட்டுக்குள் நுழைந்து சங்கீதாவின் ருசியை லேசாகத் தூண்டியது.

அவள் தரப்பு வாதம் முடிந்ததும் குற்றவாளிக் கூண்டிலிருந்து வியர்க்க விறுவிறுக்க இறங்கி வந்த மேனோனிடம் இரண்டு

வார்த்தை பேசக்கூட நிற்காமல் அவள் பார் அசோசியேஷன் ஹாலை நோக்கிப் பறந்தாள். கவுனையும் டையையும் அவிழ்த்துவிட்டு சங்கீதா தன் சோற்றுப் பாத்திரத்தைத் திறந்தாள். வடுமாங்காவையும் மோர்க்குழம்பையும் சூசனுக்குக் கொடுத்துவிட்டு போர்க்கை ருசியோடு ஏற்றுக்கொண்டாள்.

இரண்டு மதங்களுக்கிடையில் இருந்த சமூக இடைவெளியைக் குறைப்பதில் பன்றிக்கறியின் பங்கைப் பற்றி கோதமங்கலத்து உணவு வகைகளைப் பரிமாறும் நாள்களிலெல்லாம் வழக்கமாகச் சொல்லும் அபிப்பிராயங்களைப் சங்கீதா இன்றைக்கும் திரும்பச் சொன்னாள்.

“சங்கீ, பீ சீரியஸ்.” சூசன் தன் இரண்டு வருட ஸீனியாரிட்டியைக் குறிப்பிடும் வகையில் கண்ணாடியை மூக்கின் நுனியிலிருந்து உயர்த்தி அவள் பக்கமாக நகர்ந்து உட்கார்ந்தாள்.

“நீ இண்டிபெண்டெண்ட்டா வாதாடப் போற முதல் கேஸ் இது. இன்னும் கொஞ்சம் கேர்ஃபுல் ஆகணும். நான் *FIR* வாசித்துப் பார்த்தேன். இட் இஸ் வெரி ஸ்ட்ராங். சாட்சிகளை வசப்படுத்த ஏதாவது செய்யலைன்னா மேனோன் கதி அதோகதிதான்.”

அது வரை பன்றிக்கறியுடன் சல்லாபம் செய்துகொண்டிருந்த சங்கீதா, சூசனின் எச்சரிக்கையைக் கேட்டதும் பாத்திரத்திலிருந்து மெதுவாக முகத்தை உயர்த்தி விரல்களை டிபன் கேரியரின் விளிம்பில் வைத்துவிட்டு, சாப்பிடுவதை நிறுத்தியதைப் போல சற்று நேரம் அமர்ந்தாள். காப்பகக்குட்டியின் தூரிக்கூடைக்குள், வரப்போகும் பேரிடரைப் பற்றி ஏதுமறியாமல் ஒரு ஆப்பெரா நடனக் கலைஞனைப் போல நீந்தி வருகிறது சோரிஞ்சசித்துப்பாலாட்டு பரம்பரையைச் சேர்ந்த உயர்ரக மீன் ஒன்று - சி.பி.கோபால மேனோன். அந்த மீனைச் சற்று வழி திருப்பிவிட *CRPC*-யின் எந்த உயிர் காக்கும் மந்திரத்தை ஓதுவது?

“உன்னைக் கலவரப்படுத்தறதுக்காக நான் சொல்லலை,” ரம்யா அவளின் முதுகில் தட்டி கேஸின் முடிவைப் பற்றி நினைவுபடுத்தினாள்.

“எனக்குத் தெரியும்,” என்றாள் சங்கீதா நம்பூதிரி குரல் கரகரக்க. அவள் தன் முன்னாலிருந்த கண்ணாடி டம்ளரை வெறுமனே சுழற்றிக்கொண்டிருந்தாள்.

“சாட்சிகளை வசப்படுத்த மேனோனை நான் நேற்றே மூலக்கடவுக்கு அனுப்பினேன். அதனால ஒண்ணும் பிரயோஜனமில்லெ,” என்றாள் அவள். தொடர்ந்து, “விட்னஸ் எல்லாருமே காப்பக்குட்டியோட சேர்ந்து தூரிக்கூடையிலெ மீன் புடிக்கிறவங்கதான். மேனோன் காசும் சாராயமும் எல்லாம் காட்டி வசப்படுத்தப் பார்த்தார். ஒரு வழியுமில்லெ. ஜாதிப் பெயரெ சொல்லி திட்டினவரைக் கம்பி எண்ண வைப்போம்னு உறுதியாயிருக்காங்க. காப்பக்குட்டி என்னடான்னா கேஸைப் பத்தி நல்லா தெரிஞ்சுக்க எல்லா நாளும் பப்ளிக் ப்ராஸிக்யூட்டர் ஆபீசுக்கு வர்றான். ப்ராஸிக்யூட்டர் ருக்மணி அவனுக்கு தூரத்து உறவாம். ருக்மிணி அந்தக் காலத்திலெ யூனிவர்சிட்டியிலெ தீப்பொறியா இருந்தவ, தெரியுமில்லெ?”

“அது எல்லோருக்கும் தெரிஞ்சதுதானே,” என்றாள் ரம்யா. தொடர்ந்து, “அது மட்டுமில்லெ. தலித் வாதம், ஃபெமினிஸம், எல்லா மண்ணாங்கட்டியும் வேறெ இருக்கு. ஆட்சி மாறி புதுசா அப்பாயிண்ட் பண்ணினதாலெ தொடக்கத்திலெ தெரியர வீரமும் ஆவேசமும் அதிகமாவே இருக்கும். அது சரி, நீ கொஞ்சம் வடுமாங்கா எடு... ம்...போதும். பிரமாதமா இருக்கு...” என்றாள்.

“இது போன வருஷத்து ஊறுகாயா?” சூசன் கேட்டாள்.

“ஆமாம்,” என்று சங்கீதா தலையசைத்தாள்.

“அப்புறம் அந்த ருக்மிணிக்கு நம்ம மாதிரி மேல் ஜாதிகாரங்களோட கொஞ்சம் வெறுப்பு இருக்கு,” சூசன் சேர்த்துக்கொண்டாள்.

“என்ன... என்ன சொன்னெ? மேல் ஜாதியா?” ரம்யா இடையில் புகுந்து கேட்டாள். தொடர்ந்து, “நாங்க நாயரும் நம்பூதிரியும்தான். ஆனா, இந்த சிரியன் கிறிஸ்தவங்க எப்பொ மேல் ஜாதியானாங்க?” என்றாள்.

“நீ போடி... கொஞ்சம் லோக்கல் சரித்திரமெல்லாம் எங்க கொத்தமங்கலம் பாட்டி அன்னாக்குட்டிக்குத் தெரியும்... நாங்க யாருன்னு நெனச்சே? அந்தக் காலத்து அசல் நம்பூதிரி குலத்திலிருந்து மதம் மாறி வந்து கிறிஸ்தவரானவங்கதான்... எப்படியிருக்கு?”

ரம்யா சிரித்தபடி சொன்னாள், "அப்பொ உனக்கு நல்லா சமாளிக்கக் கொஞ்சம் சரித்திர ஞானமும் கைவசமிருக்கு, என்ன?"

"அவ நெனச்சால்தான் நடக்கும்," என்றாள் ரம்யா.

"ஆனா, அவ நினைக்கமாட்டாளே. நம்ம மாதிரி உயர்-ஜாதிக்காரங்களுக்கு ஆப்பு வைக்கக் கிடைச்ச நல்ல வாய்ப்பெ நழுவ விடுவாளா?" சங்கீதா கவலைப்பட்டாள்.

ருக்மிணிக்குப் பொதுவாகவே ஜாதி விஷயத்தில் ஒரு வகை இன்ஃபீரியாரிட்டி காம்ப்ளக்ஸ் இருக்கிறதென்று சங்கீதாவுக்குத் தெரியும். சென்ற வருஷம் இதே போல ஒரு மதிய வேளையில் இந்த வட்டமேஜையைச் சுற்றியமர்ந்தபடி குழம்புகளிலுள்ள ஜாதி வேறுபாடுகளைப் பற்றி ஒரு சர்ச்சை எழுந்தது. அன்று சங்கீதாவின் தோழிகள் மட்டுமின்றி உண்ணிராஜா வக்கீலின் ஜூனியரான (மேல் சாதியைச் சேர்ந்த) சதீஷ் வர்மாவும் இருந்தார். சங்கீதாதான் பேச்சை ஆரம்பித்து வைத்தாள். சமைக்கும் போது உப்பும் மஞ்சளும் மற்று பலவும் சேர்ப்பது போல பற்பல குழம்பு வகைகளில் அதைத் தயாரித்தவர்களின் சாதியும் மதமும் கலந்துவிடுவது இயற்கையே என்றாள் அவள். கண்ணிமைகளில் படிந்திருக்கும் கொழுப்பின் அளவை வைத்து ஒரு மங்கோலியன் (சீனக்கார) முகச் சாயலை அடையாளம் காண்பது போல ஒரு குழம்பைக் கவனித்தால் இது எந்த இனத்தாரைச் சேர்ந்தது என்று புரிந்துகொள்ளலாம் என சங்கீதா உதாரணத்துடன் வலியுறுத்தினாள்.

"நம்பூதிரி - மாம்பழப் புளிஸ்ஸேரி, மோர்க்குழம்பு, ஓலன் (பூசணி, காராமணி, தேங்காய்ப்பாலில் சேர்த்த தொடுகறி)

நாயர் - காய்கறிக்கூட்டு, வதக்கிய காய்கறி, அவியல், மொளுக்ஷியம் (புளிக்கொழம்பு),

ஈழவர் - கொள்ளுக்கொழம்பு, கடலைக்கொழம்பு,

கிறிஸ்தவர் - தாரா மப்பாஸ் (தேங்காய்ப்பாலில் வாத்துக்கறி), போர்க் வதக்கியது

முஸ்லீம் - பீஃப் பிரியாணி, கோழி பிரியாணி"

"ஒவ்வொரு குழம்பின் ருசியின, நிறத்தின் கூடவே அஜினோமோட்டோ போலப் பாரம்பரியத்தின் தாக்கமும்

உண்டு," என்று சதீஷ் வர்மா சங்கீதாவுக்கு ஆதரவாகப் பேசினார். அந்த நேரத்தில்தான் ருக்மிணியின் பேச்சும் அடிப்பட்டது.

என்னதான் *LLB*யோ *LLM*ம்மோ பாஸாகி டாக்டரேட் எடுத்தாலும் அவளோட டிபன் பாத்திரத்திலிருந்து வரும் சேற்றுமீனின் அழுகிப்போன வாடை மாறாது எனவும் அதுவும் இந்த *HEREDITY* தான் எனவும் சங்கீதாவின் வாயிலிருந்து அவளையறியாமல் விழுந்துவிட்டது.

ஒரு வருஷத்துக்குப் பிறகு அதே சதீஷை ருக்மிணி வளைத்துப் போடுவாளென்று யார் நினைத்தார்கள்! அசல் திருப்புணித்துறை நம்பூதிரியை இந்தக் கருப்புப் பெண் காதலின் தூரிக் கூடையை வைத்துப் பிடித்துவிட்டாளே!

காதலால் மனம் லேசான நேரத்தில் எப்போதோ வேறு விஷயங்கள் பேசக் கிடைக்காத போது தன் காதலியைப் பற்றி சங்கீதா முன்னொரு முறை சொன்ன சேற்றுமீன் விஷயத்தை நம்பூதிரி அவிழ்த்துவிட்டார். அதற்குப் பிறகு ருக்மிணி சங்கீதாவின் முகத்தை ஏறிட்டுப் பார்க்கவில்லை. கோர்ட் வராந்தாவில் எதேச்சையாகப் பார்க்க நேர்ந்தால் தலை குனிந்தோ அல்லது ஏதாவது கேஸ் ஃபைல்களின் தாள்களைப் புரட்டிக்கொண்டோ பார்வையிலிருந்து மறையும் வரை சங்கீதா அந்தச் சந்திப்பைத் தவிர்த்தாள்.

"கலக்ட்ரேட்டின் பலவிதமான பிரிவுகளில் எத்தனையோ அட்டவணைச் சாதியினர் பணி புரிந்துகொண்டிருந்தும் கூட தலித் வாதியான ருக்மிணி எதற்காக ஒரு பிராமணனைத் தேடிப் பிடித்தாள்?" இந்தக் கேள்விக்கு சதீஷ் "காதலுக்கு ஜாதியில்லை" என்றுதான் பதில் சொன்னார். இது விமர்சனங்களை எதிர்கொள்ள முடியாமல் போகும்போது காதலர்கள் வழக்கமாகச் சொல்லும் பதில்தான் என்று புரிந்துகொண்ட ரம்யா இளக்கரமாகச் சொன்னாள்: "அதெல்லாம் காரணமில்லெ பொருளாதார ரீதியாகவும் கல்வியிலும் முன்னேறும்போது பிற்பட்ட சாதிக்காரங்க மேல்ஜாதி மக்களோட ஐக்கியமாகணும்னு ஆசைப்படுறாங்க."

சென்ற மாதம் சந்தித்தபோது சதீஷ் வர்மாவில் சில நல்ல மாற்றங்கள் வந்திருப்பதாக சங்கீதாவுக்குப் புரிந்தது. கோர்ட்

லைப்ரரியில் அவர் சங்கீதாவிடம் சிறிது நேரம் மனம் திறந்து பேசினார்.

"ருக்குவோட விஷயத்திலே எனக்கொரு தவறு ஏற்பட்டிடுச்சுன்னு தான் படுது. வீணா மாட்டிக்கிட்டேன்னுதான் சொல்லணும். இதிலேயிருந்து எப்படி நான் வெளியே நழுவி வர முடியும்னு தான் யோசிக்கிறேன். ஜாதி காரணமா அமையற விஷயங்கள் பெருக்கித் தொடச்சா போயிடுமா? கல்யாணம்னு வரும்போது சொந்த ஜாதிக்குள்ளேயே அமையறதுதான் நல்லது. இல்லாட்டா அதெல்லாம் பிற்பாடு பெரிய பிரச்சினையாயிடும். பழைய காலத்துலெ பெரியவங்க சொல்லி வச்சதெல்லாம் திருத்தாம இருக்கிறதுதான் புத்திசாலித்தனம்."

"என்னடி நீ, சாப்பாட்ட முன்னாலெ வச்சபடி ஒரே யோசனை?" ரம்யா சங்கீதாவின் கன்னத்தில் தொட்டுக்கேட்டாள்.

"என் கையில் ஒரு துருப்புச் சீட்டு இருக்கு. அந்த ருக்மிணியோட கால்லெ விழறதுக்கு முன்னாடி இதெ வெச்சு ஒரு ஆட்டம் ஆடலாம்னுதான் யோசிக்கிறேன்," என்றாள் சங்கீதா.

"என்னாடியது?" சூசன் தன் விரல்களை நக்கி சுத்தமாக்கி டிபன் கேரியரை எடுத்து அடுக்கி வைத்து எழுந்தாள்.

"நீங்களே பாருங்க... புலயன் மவன்னு சொன்னா அது ஜாதியெ இழிவா சொல்ற வார்த்தையல்லன்னு கோர்டிலெ நிரூபிக்கப் போறேன்." சங்கீதாவின் கண்கள் ஆவேசத்தால் பளிச்சிட்டன. அவள் தொடர்ந்து கேட்டாள், "புலம்ன்னா என்ன அர்த்தம் தெரியுமா?"

சூசன் அப்படியொரு வார்த்தையை இதற்கு முன் கேட்டதே இல்லை. அவள் ரம்யாவைப் பார்த்தாள். அவளுக்கும் தெரியவில்லை.

"புலம் மீன்ஸ் நிலம். அதாவது வயல்வெளி," சங்கீதா விரிவாகச் சொல்ல ஆரம்பித்தாள்.

"புலத்தில் வேலை செய்பவன் புலயன். மேனோன் காப்பக்குட்டியை ஜாதிப்பெயர் சொல்லிக் கூப்பிடலெ. வயலில் வேலை செய்யறவனின் மகனேன்னுதான் கூப்பிட்டார். என்ன சரிதானே?"

சூசன் கொஞ்ச நேரம் யோசித்தாள். சங்கீதா கற்பனை பண்ணி உருவாக்கிய வயலில் இருந்து கோர்ட்டை நம்பவைக்கத்தக்க ஒரு லா பாயிண்ட் கூட விதைத்து எடுக்க முடியவில்லை. சும்மா வாதம் செய்யலாம். கோர்ட் அதை ஏற்றுக்கொள்ளுமா என்று உறுதி கூற முடியாது.

சூசன் கூறினாள்: "நீ ரிஸ்க் எடுக்க வேண்டாம். ருக்மிணியைப் பேச வைத்து காம்ப்ரமைஸ் ஆக்கப் பார்க்கிறதுதான் நல்லது. அவள் சொல்லை மீறி காப்பக்குட்டி எதுவும் செய்யப் போறதில்லெ."

"ஆனா எப்படி?" சங்கீதா கேட்டாள்.

"அதுக்கு வழியிருக்கு," என்றாள்.

பழுத்த பப்பாளியை எலுமிச்ச சாறு சேர்த்து அரைத்து கன்னத்தில் தடவி காற்றில் முகத்தைக் காய வைக்க உட்கார்ந்தபோதுதான் ஃபோன் மணியடித்தது... ரம்யாதான்.

"என்னாச்சு! ருக்மிணியெப் பாத்திட்டியா?" சங்கீதா கேட்டாள்.

"அதெல்லாம் அப்புறம் சொல்றேன். இப்பொ கூப்பிட்டது வேறொரு விஷயத்துக்காக. நாளைக்கு நீ வரும்போது மாம்பழக் கொழம்பு கொண்டு வர்றெ. கூடவே வடுமாங்கா ஊறுகாவும். சும்மா சொல்லலெ. இட் இஸ் மை ஆர்டர். ஓகே குட் நைட்."

கூடுதலாக ஏதாவது கேட்பதற்குள் ரம்யா நாயர் ஃபோனைக் கீழே வைத்துவிட்டாள்.

அடுத்த நாள் மதியம் பார் அசோசியேஷன் ஹாலில் முதல் தரமான ஒசத்தியான மாம்பழத்தால் செய்த புளிஸ்ஸேரியும் (மோர்குழம்பு) பாட்டியிடமிருந்து கெஞ்சி வாங்கிய மூன்றாண்டு காலம் ஊறிய வடுமாங்காயுமாக சங்கீதா சாப்பாட்டு மேஜை பக்கம் வந்து சேர்ந்தாள். சற்று நேரம் கழித்து ஒரு பெரிய கேசரோல் பாத்திரமும் உயரமான டிபன் கேரியருமாக நொன்வெஜிடேரியன் ரெஸ்டாரெண்ட் நுழைந்து வந்தது. கேசரோலைத் திறந்தபோது தாராமப்பாலின் தேங்காய்ப்பால் மணமுள்ள ஆவி சங்கீதாவின் முகத்திலடித்தது - கிறிஸ்தவர்களின் பரம்பரை உணவு.

"இன்னைக்கு நம்ம கூட ரெண்டு விருந்தாளிகளும் இருக்காங்க," என்றாள் சூசன்.

"அது யாரெல்லாம்?" வாத்துக்கறியை கேசரோலிலேயே மூடிவைத்து சங்கீதா சூசன் பக்கம் திரும்பினாள்.

"அந்த தலித் பொம்பளை, உன்னுடைய எதிர் பார்ட்டி, ருக்மிணி. நீங்க இங்கெதானே சமரசப் பேச்சு நடத்தப் போறீங்க? அதுக்குக் கொஞ்சம் புளிப்பும் காரமும் எல்லாம் சேக்க வேண்டாமா? அதுக்காகத்தான் இந்தப் பலவிதமான சாதியரின் சாப்பாட்டு அயிட்டமெல்லாம்... உன்னுடைய மாம்பழக் குழம்பு, என்னுடைய மப்பாஸ்... இன்னமும் வரப்போகுது. ருக்மிணியின் சேத்துமீன் வரைக்கும் இந்த மேஜைக்கு வந்துடும். அந்த சதீஷ் வர்மாவின் காலைப் புடிச்சுத்தானே நாங்க பப்ளிக் ப்ராசிக்யூட்டரை எங்க வழிக்குக் கொண்டு வந்தோம்?"

பிறகு குரலைத் தாழ்த்தி சங்கீதாவின் காதுக்குக் கீழே வந்து ஒரு தாராவைப் (வாத்து) போல சூசன் தன் கழுத்தை நீட்டினாள்.

"சங்கீ, உனக்கொரு விஷயம் தெரியணுமா? பக்கத்திலெ நெருங்கும்போதுதானே ஒவ்வொருத்தர் எந்த ரகம்னு தெரிய வருது? ருக்மிணிக்கு நம்ம கூடவெல்லாம் பேசணும் பழகணும்னு ஆசை தான். காப்பக்குட்டி அவளோட ரிலேட்டிவ்தான்னு சொல்றாளே தவிர உள்ளாலெ அவளுக்கு அவனெயெல்லாம் பிடிக்காது. அப்புறம் P.P ஆகிவிட்ட நிலையில் வாதம் செய்யாமலிருக்க முடியாதே. இன்னொரு விஷயம் கேட்கணுமா... கர்த்தர் மேலெ சத்தியம். இதெ வெளியெ யார்கிட்டெயும் மூச்சுவிடக்கூடாது. இந்த காம்ப்ரமைஸ் முடிஞ்ச பிறகு வர்மாஜி அவளைக் கைவிட்டுவிடப் போகிறார். அய்யா வக்கீல் வேலையெல்லாம் கூட விட்டு கனடாவுக்குப் போறாராம்..."

சங்கீதா சூசன் சொன்னதை நம்பாதவள் போலப் பார்த்தாள். அவள் கையை எடுத்துத் தன் தலைமீது வைத்து சூசன் சத்தியம் செய்தாள்: "புனித அந்தோணியர் மீது சத்தியம். இது உண்மை."

அரைமணி நேரத்துக்குள் பார் அசோசியேஷன் ஹாலின் மேஜை மீது பலப்பல உணவு வகைகள் வந்து பரப்பப்பட்டன. ரம்யா நாயர் தன் அவியலை மற்ற பாத்திரங்களில் பரிமாறிக் கொண்டு சமரசப் பேச்சைத் தொடங்கி வைத்தாள். சம்பந்தப்பட்ட விஷயங்களையெல்லாம் தன் காதலர் ஏற்கெனவே நேரடியாகப் புரிய வைத்திருந்ததனால் ருக்மிணியிடம் விவரமாக ஒன்றும் சொல்லத் தேவைப்படவில்லை. நண்பர்களின் அறிவுறுத்தல்

படி சங்கீதா தன்னுடைய மாம்பழக் குழம்பை ருக்மணியின் சாதத்தில் ஊற்றினாள். அவளோ மிளகாய்க் கரைசலில் வாலாட்டிக்கொண்டிருக்கும் சேற்றுமீன் ஒன்றைப் பிடித்து நம்பூதிரியம்மாவுக்குப் பரிமாறினாள். அவர்கள் இருவரின் கைகளும் ஜாதிபேதங்களை மீறிய ஏதோ காந்த சக்தியால் ஈர்க்கப்பட்டு வட்டமேஜையின் மேலாக ஒன்றோடொன்று கூடிச் சேர்ந்தது. ஒரு ஆவி பறக்கும் ஷேக் ஹேண்ட்!

சோரிஞ்சித்து பாலாட்டு வீட்டு கோபால மேனோனை இந்த நீதிமன்றம் தண்டனையின்றி விடுவித்திருக்கிறது!

எல்லோரும் கைதட்டி ஆமோதித்தனர்.

சூசனின் மப்பாஸை ஏற்றுக்கொண்டு தன் காய்கறிக் கூட்டுடன் ரம்யா கொஞ்சம் சரித்திரத்தையும் பரிமாறினாள்.

“ஆயிரத்தி தொள்ளாயிரத்திப் பதினேழில் எர்ணாகுளம் பக்கம் செராய் என்ற ஊரில் இது போல ஒரு சமபந்தி நடந்திருக்கு.”

அனைவரும் ரம்யாவையே பார்த்தனர்.

“சமூகச் சீர்திருத்தவாதி சகோதரன் அய்யப்பன் வீட்டு வளாகத்தில்,” என்று சொல்லிச் சிரித்தாள். பிறகு தொடர்ந்து, “நம்ம ருக்மிணி மாதிரி ரெண்டு பேரோட நூறு இருநூறு பேரெ உக்காத்தி வச்சு சரித்திரம் படைத்த ஒரு சாப்பாடு. அதோட ஐயப்பனெ சொந்த ஜாதியிலிருந்து வெளியேத்திட்டாங்க. உண்மையெச் சொல்லப் போனா இன்னைக்கு இங்கெ ஐயப்பன் சதீஷ் வர்மாதான்.”

அடக்கி வைத்த சிரிப்புடன் ரம்யா சூசனைப் பார்த்து கண்சிமிட்டிச் சொன்னாள்: “அதோட கம்பேர் பண்ணினா இது சும்மா ஒரு லஞ்ச் அல்ல; சமுதாயப் புரட்சியேதான், இல்லெ வக்கீலம்மா?”

ரம்யாவின் கேள்வியைக் கேட்டு ருக்மிணி ‘சரி’ தான் என்ற அர்த்தத்தில் தலையசைத்தாள். எல்லோரும் சிரித்தனர். சேற்றுமீனின் தலையை மென்றவாறு ‘வெரி டேஸ்டி’ என்று சங்கீதா அபிப்ராயம் சொன்னாள்.

சாப்பிட்ட பிறகு சதீஷ் வர்மா பரிமாறிய நேந்திரப்பழப் பாயசத்தின் இனிப்பில் திளைத்து வெளியே நடந்து வருகையில் ருக்மிணியின் உதட்டில் ஒட்டியிருந்த இனிப்பை சூசன் தன்

கைக்குட்டையால் துடைத்துவிட்டாள். நம்பூதிரியின் விரலில் பிடித்தபடி ருக்மிணி விடை பெற்றதும் டாய்லெட்டில் சங்கீதாவின் குமட்டல் சத்தம் ரம்யாவுக்குக் கேட்டது. அவள் சூசனைப் பார்த்தாள். பிறகு சத்தம் வந்த பக்கத்தை நோக்கிச் சென்றாள்.

வாஷ் பேசினில் மூச்சு முட்டித் துடித்துக்கொண்டிருந்தன சேற்று மீன்கள்.

ரம்யா சங்கீதாவின் முதுகைத் தடவிக் கொடுத்தாள்.

"மனசுக்குப் பிடிக்காததைச் சாப்பிட்டதாலதான் இப்டியாச்சு. நீ வாயும் மூஞ்சியும் கழுவி ரெஸ்ட் எடு. எனக்கு மத்தியானம் ஒரு ஆர்க்யுமென்ட் இருக்கு" என்றாள் ரம்யா.

அவள் சென்றதும் சங்கீதா கண்ணாடியில் பார்த்தபடி முகத்தைத் துடைத்தாள். பிறகு குழாயைத் திறந்து செத்து மிதந்த சேற்று மீன்களை வாஷ் பேசினிலிருந்து தண்ணீர் ஊற்றி அகற்ற ஆரம்பித்தாள்.

திசை எட்டும்
ஏப்ரல்-ஜூன் 2024

✦ ✦ ✦